かんたんルールと
パーツでおぼえる

きほんの漢字99

本田弘之

Simple Rules and Parts for 99 Basic Kanji

99 chữ Hán cơ bản
ghi nhớ bởi các quy tắc và bộ phận đơn giản

Menghafal dengan Aturan Mudah dan Elemen:
99 Kanji Dasar

JN112916

アルク

はじめに

　この本では、漢字がパーツを組み立てて作った「文字」であると理解すること、そして、漢字が「読める」ようになることを目標に練習をします。

　漢字の形は、アルファベットやアラビア文字と違ってとても複雑ですが、絵ではなく文字なので、書き方のルールが決まっています。この本で練習する漢字の数は99です。この99の漢字を無理なく、ルールどおりに書くことができるように、順を追って練習します。まず線や点やカタカナから漢字を書く練習、その次に漢字をパーツにわけて理解する練習をします。

　書き方のルールを覚えて書くことができるようになったとき、漢字をパーツの組み合わせとして見ることができるのです。そして、漢字をパーツにわけて見ることができるようになると、みなさんの目に漢字が「文字」として見えるようになります。

　日本人が日常生活で使う漢字の数は2000以上ありますが、この本の99の漢字が書けるようになると、新しい漢字を読むことも、覚えることも難しくなくなります。

Introduction / Lời nói đầu / Pengantar

This book has been designed for the user to understand that kanji are characters comprised of parts, and to be able to read kanji.

The form of kanji can be quite complicated compared to alphabet or Arabic characters, but being characters and not pictures, there are certain writing rules to follow. This book covers 99 kanji. They are examined in order so that you can learn to write these 99 kanji with ease, following to the rules. We will begin with practicing kanji using strokes, dots and katakana, then gain an understanding of kanji by breaking them down into parts.

Once you can remember the rules and write kanji, you should be able to view kanji as combinations of parts. When you are able to recognize the various parts that comprise kanji, you will be able to see kanji as characters.

There are over 2,000 kanji used in Japanese day-to-day life. Once you are able to write the 99 in this book, you will find it easier to read and remember new ones.

Cuốn sách này được biên soạn với mục đích giúp các bạn hiểu được rằng chữ Hán là loại chữ được tạo ra từ sự kết hợp của các bộ thủ, và giúp các bạn có thể đọc được chữ Hán.

Hình dạng của chữ Hán khá phức tạp, khác với chữ cái alphabet và chữ cái Ả Rập, nhưng nó vẫn là chữ chứ không phải là tranh, nên trong cách viết chữ Hán có các quy tắc. Số lượng chữ Hán chúng ta sẽ học trong cuốn sách này là 99 chữ. Chúng ta sẽ luyện tuần tự để sao cho các bạn có thể viết được một cách dễ dàng theo đúng quy tắc. Trước tiên, chúng ta sẽ luyện viết các nét, nét chấm, chữ katakana, rồi sau đó đến luyện viết chữ Hán. Sau đó, chúng ta sẽ chia chữ Hán ra làm các phần rồi luyện cách nhận biết.

Sau khi đã ghi nhớ được quy tắc viết, các bạn có thể đọc chữ Hán như là sự kết hợp của các bộ phận. Và khi có thể chia tách chữ Hán ra thành các bộ phận riêng lẻ, các bạn sẽ nhận thấy chữ Hán là "chữ".

Số lượng chữ Hán mà người Nhật Bản sử dụng trong cuộc sống hàng ngày là trên 2000 chữ, nếu các bạn viết thạo được 99 chữ trong cuốn sách này, thì việc các bạn đọc và ghi nhớ những chữ Hán mới cũng không còn khó khăn nữa.

Buku ini membantu Anda berlatih untuk memahami bahwa kanji adalah huruf yang dibuat dengan menyusun elemen-elemen, dan untuk membaca kanji.

Berbeda dengan alfabet dan huruf Arab, bentuk kanji sangatlah rumit. Kanji adalah huruf, bukan gambar. Oleh karena itu, terdapat aturan cara menulis kanji. Buku ini memuat 99 kanji sebagai bahan latihan Anda. Kerjakan latihan secara urut agar Anda dapat menulis 99 kanji tersebut sesuai aturan, tanpa mengalami kesulitan. Pertama-tama, Anda akan berlatih menulis kanji dari garis, titik, dan katakana. Berikutnya, Anda akan berlatih memahami kanji dengan membaginya menjadi beberapa elemen.

Jika Anda telah mampu menulis dengan mengingat aturan cara menulisnya, Anda akan dapat melihat kanji sebagai kombinasi dari beberapa elemen. Kemudian, jika Anda telah mampu mengenali kanji dengan membaginya menjadi beberapa elemen, Anda pun akan melihat kanji sebagai huruf.

Orang Jepang menggunakan lebih dari 2000 kanji dalam keseharian. Begitu Anda dapat menulis 99 kanji yang tercantum dalam buku ini, Anda tidak akan mengalami kesulitan lagi untuk membaca dan menghafal kanji baru.

本書の説明

書き順を示していきます。

簡単に、正確に書けるように書き方を説明しています。

●短いななめの線を書きます。
Draw a short diagonal stroke.
Viết nét xiên ngắn.
Tulis garis miring pendek.

●ななめの線の真ん中から書きます。「十」を書きます。
Start from the middle of the diagonal stroke. Write 十.
Viết từ chính giữa nét xiên ngắn. Viết chữ 十.
Tulis dari tengah garis miring. Tulis 十.

よみかたを示しています。ひらがなは訓読み、カタカナは音読みです＊。

この漢字を使ったことばを紹介しています。日常でよく使うことばを取り上げています。

｜ いきる（生きる）
｜ なま セイ

生ビール
draught beer / bia tươi / bir draft

小学生
elementary school pupil /
học sinh tiểu học / murid SD

●「二」を書きます。
Write 二.
Viết chữ 二.
Tulis 二.

＊訓読み一漢字に、その意味を表す日本語を当てはめたよみかた
音読み一中国での元々の発音をもとにしたよみかた

明朝体の漢字です。 ゴシック体の漢字です。

本書の用語の意味と書き方のポイント

よこ線

左から右に書き始めるのが「よこ線」です。

たて線

上から下に書き始めるのが「たて線」です。

ななめの線

右上から左下に書く線と左上から右下に書く線が「ななめの線」です。

点

① 高 ② 冬 楽

赤字のような短い線が「点」です。点には、①たての点（上から下）と②ななめの点（左上から右下／右上から左下／左下から右上）があります。

(線を) 曲げます、折ります

「(線を) 曲げます」と書いてあるときは線の方向をなだらかに変えます。

「(線を) 折ります」と書いてあるときは線の方向を急に変えます。線を折るときは、ペンをはなさないようにして書くことに気をつけます。で示してあるので注意して書きましょう。

つけます／つけません

2つの漢字を見てください。「今」は、上のななめの線を「つけます」、「分」は「つけません」。

出ます／出ません

2つの漢字を見てください。「失」は「出ます」。「矢」は「出ません」。線を出さないように特に注意してほしいところは ~ で示しています。出すときは ～ で示します。

少し長く書きます／少し短く書きます

2つの漢字を見てください。「土」は、下のよこ線を「少し長く書きます」。「士」は、下のよこ線を「少し短く書きます」。

(線のおわりを) はねます、とめます、のばします

たて線とななめの線の終わり方を示しています。

※ ～ のマークは全てに入っているわけではなく、特に注意してほしいところに入っています。

5

How to use this book

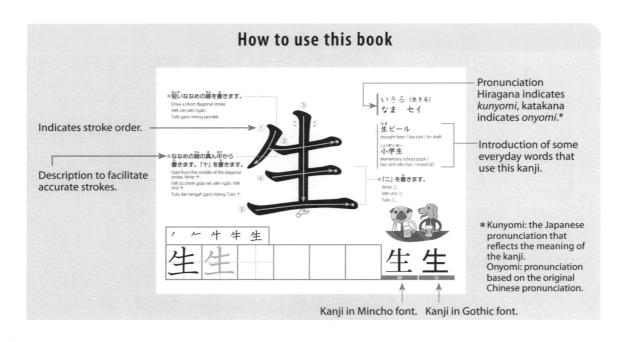

Indicates stroke order.

Description to facilitate accurate strokes.

Pronunciation
Hiragana indicates *kunyomi*, katakana indicates *onyomi.* *

Introduction of some everyday words that use this kanji.

* Kunyomi: the Japanese pronunciation that reflects the meaning of the kanji.
Onyomi: pronunciation based on the original Chinese pronunciation.

Kanji in Mincho font.   Kanji in Gothic font.

Definitions used in this text and stroke tips

---

horizontal stroke

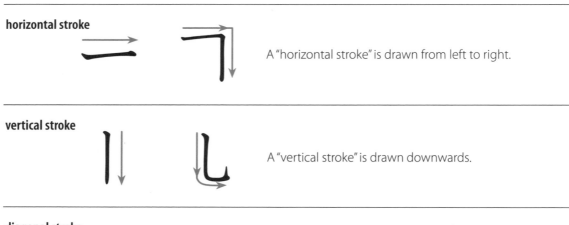

A "horizontal stroke" is drawn from left to right.

---

vertical stroke

A "vertical stroke" is drawn downwards.

---

diagonal stroke

A "diagonal stroke" is drawn downwards, from right to left or left to right.

---

dot

Short strokes as indicated in red are "dots". Dots can be ① vertical (downwards) or ② diagonal (downwards from left to right or right to left, or upwards from left to right).

---

curve, turn (the stroke)

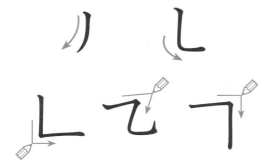

When the instruction is to "curve" the stroke, change the direction of the stroke in a rounded manner.

When the instruction is to "turn" the stroke, sharply change the direction, in an angular manner. Make sure the pen is not lifted when changing directions. ✑ is to warn you to keep the pen on the paper.

touch / do not touch

Compare the two kanji. With 今 the diagonal strokes "touch". With 分 the strokes "do not touch".

sticks out / does not stick out

Compare the two kanji. With 失 the central vertical stroke "sticks out" beyond the top horizontal stroke, and with 矢 the central stroke "does not stick out". Places where you should be careful to not allow the stroke to stick out are indicated with ✑. ⸞ ⸝ indicates that the stroke should stick out.

a little longer / a little shorter

Compare the two kanji. The lower horizontal stroke in 土 is written "a little longer" than the upper. With 士 the lower horizontal stroke is written "a little shorter" than the upper.

flick up, stop, extend

Vertical and diagonal strokes are finished in these ways.

※ ✑ ⸞ ⸝ ✍ ☜ marks are only indicated in characters where special attention should be paid.

Giải thích về nội dung của cuốn sách

Trong cuốn sách này chúng tôi sẽ trình bày về thứ tự viết chữ Hán.

Sẽ có những giải thích về cách viết để sao cho người học có thể viết được một cách đơn giản và chính xác.

Chúng tôi cũng viết cả cách đọc của chữ Hán. Chữ hiragana thể hiện âm Kun, chữ katakana thể hiện âm On*.

Chúng tôi giới thiệu cả những từ chứa chữ Hán này. Chúng tôi đưa vào những từ thường dùng.

* Âm Kun: là cách đọc trong Tiếng Nhật thể hiện ý nghĩa của chữ Hán.
Âm On: là cách đọc dựa trên phát âm trong Tiếng Trung Hoa cổ.

Chữ Hán với phông Mincho. Chữ Hán với phông Gothic.

Điểm quan trọng trong ý nghĩa và cách trình bày thuật ngữ của cuốn sách này

Nét ngang

"Nét ngang" là nét kéo từ trái sang phải.

Nét dọc

"Nét dọc" là nét kéo từ trên xuống dưới.

Nét xiên

"Nét xiên" là nét kéo từ phía trên bên phải xuống phía dưới bên trái, và nét kéo từ phía trên bên trái xuống phía dưới bên phải.

Nét chấm

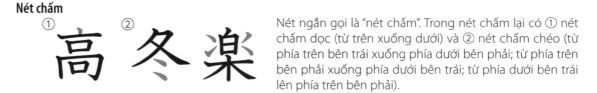

Nét ngắn gọi là "nét chấm". Trong nét chấm lại có ① nét chấm dọc (từ trên xuống dưới) và ② nét chấm chéo (từ phía trên bên trái xuống phía dưới bên phải; từ phía trên bên phải xuống phía dưới bên trái; từ phía dưới bên trái lên phía trên bên phải).

Uốn, gập (nét)

Khi có giải thích là "uốn (nét)" thì ta thay đổi hướng của nét một cách từ từ.

Khi có giải thích là "gập (nét)" thì ta thay đổi hướng của nét đột ngột. Khi gập nét hãy chú ý giữ cho nét liền. Khi đó sẽ có dấu ✏ để lưu ý, nên chúng ta hãy chú ý nhé.

Khít nhau/ không khít nhau

Hãy nhìn vào 2 chữ Hán bên trái. Chữ 今 có 2 nét xiên bên trên "khít nhau"; chữ 分 thì có 2 nét xiên bên trên "không khít nhau".

Nhô lên/ không nhô

Hãy nhìn vào 2 chữ Hán bên trái. Chữ 失 thì "nhô lên"; còn chữ 矢 thì "không nhô". Những chữ cần lưu ý để nét không bị nhô ra được thể hiện bằng dấu ✏. Khi nét nhô ra sẽ thể hiện bởi dấu ⸝⸝ ⸝⸝.

Viết hơi dài một chút/ viết hơi ngắn một chút

Hãy nhìn vào 2 chữ Hán bên trái. Chữ 土 có nét ngang bên dưới "viết hơi dài một chút"; còn chữ 士 có nét ngang bên dưới "viết hơi ngắn một chút".

Hất lên, đóng lại, kéo dài (phần cuối nét)

Ở đây thể hiện cách kết thúc của nét dọc và nét xiên.

※ Dấu ✏ ⸝⸝ ⸝⸝ ✋ ✒ không xuất hiện ở tất cả các chữ, mà chỉ có ở những chữ cần lưu ý.

Penjelasan mengenai Buku Ini

Menunjukkan urutan penulisan.

Menjelaskan cara menulis agar Anda dapat menulis dengan mudah dan akurat.

Menunjukkan cara membaca. Hiragana adalah kun-yomi, sedangkan katakana adalah on-yomi*.

Memperkenalkan kata-kata yang menggunakan kanji ini. Tercantum kata-kata yang sering digunakan dalam keseharian.

* Kun-yomi: Cara membaca dari mencocokkan bahasa Jepang yang menunjukkan artinya pada kanji.
On-yomi: Cara membaca berdasarkan pengucapan aslinya di Tiongkok.

Kanji dengan font Mincho.   Kanji dengan font Gothic.

Arti Istilah dalam Buku Ini dan Poin Penting dalam Penulisannya

Garis mendatar

Garis yang ditulis dari kiri ke kanan adalah "garis mendatar".

Garis tegak

Garis yang ditulis dari atas ke bawah adalah "garis tegak".

Garis miring

Garis yang ditulis dari kanan atas ke kiri bawah dan garis yang ditulis dari kiri atas ke kanan bawah disebut "garis miring".

Titik

Garis pendek seperti bagian yang berwarna merah disebut "titik". Ada 2 jenis titik, yaitu: ① Titik tegak (dari atas ke bawah), dan ② Titik miring (dari kiri atas ke kanan bawah/dari kanan atas ke kiri bawah/dari kiri bawah ke kanan atas).

Melengkungkan dan menekuk (garis)

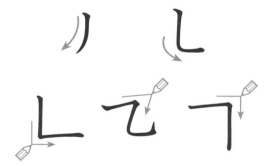

Jika tertulis "Lengkungkan (garis)", ubah sedikit arah garis.

Jika tertulis "Tekuk (garis)", ubah drastis arah garis. Saat menekuk garis, usahakan menulis tanpa mengangkat pulpen. Bagian ini ditunjukkan dengan ⌐. Perhatikan baik-baik saat menulis.

Menyatu/tidak menyatu

Silakan lihat 2 buah kanji ini. Pada 今, garis miring di atas "menyatu", sedangkan pada 分 "tidak menyatu".

Keluar/tidak keluar

Silakan lihat 2 buah kanji ini. Garis pada 失 "keluar". Garis pada 矢 "tidak keluar". Bagian yang harus Anda perhatikan agar garisnya tidak keluar ditunjukkan dengan ⟿. Garis yang keluar ditunjukkan dengan ⟋ ⟋.

Ditulis lebih panjang/ditulis lebih pendek

Silakan lihat 2 buah kanji ini. Garis mendatar di bawah pada kanji 土 "ditulis lebih panjang". Garis mendatar di bawah pada kanji 士 "ditulis lebih pendek".

Memantulkan, menghentikan, memanjangkan (ujung garis)

Inilah cara untuk menulis ujung garis tegak dan garis miring.

※ Tanda ⌐ ⟋ ⟋ ⟿ ⟍ hanya dicantumkan di bagian-bagian yang perlu diperhatikan, bukan di semua bagian.

目次 もくじ Contents / Mục lục / Daftar Isi

3 パーツの組み合わせを考えて覚えよう
Memorize combinations of parts
Hãy ghi nhớ bằng việc nghĩ về kết hợp của các bộ phận
Menghafal dengan Memikirkan Kombinasi Elemen-elemen

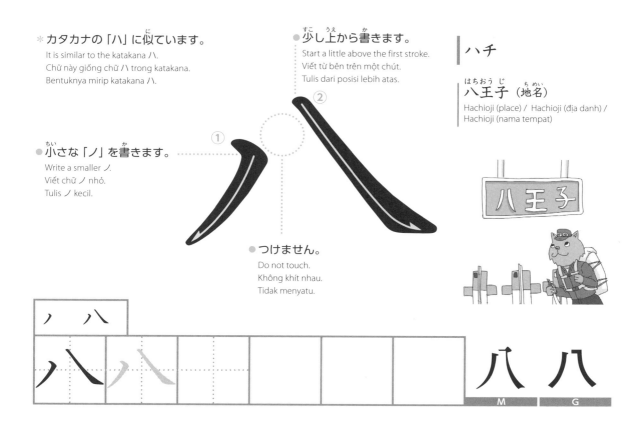

＊カタカナの「ハ」に似（に）ています。
It is similar to the katakana ハ.
Chữ này giống chữ ハ trong katakana.
Bentuknya mirip katakana ハ.

●少（すこ）し上（うえ）から書（か）きます。
Start a little above the first stroke.
Viết từ bên trên một chút.
Tulis dari posisi lebih atas.

ハチ

八王子（はちおうじ）（地名（ちめい））
Hachioji (place) / Hachioji (địa danh) /
Hachioji (nama tempat)

●小（ちい）さな「ノ」を書（か）きます。
Write a smaller ノ.
Viết chữ ノ nhỏ.
Tulis ノ kecil.

●つけません。
Do not touch.
Không khít nhau.
Tidak menyatu.

| ノ | 八 |

かわ・がわ

石川県（いしかわけん）（地名（ちめい））
Ishikawa Prefecture (place) /
Tỉnh Ishikawa (địa danh) /
Prefektur Ishikawa (nama tempat)

ナイル川（がわ）（地名（ちめい））
the Nile (place) / Sông Nin (địa danh) /
Sungai Nil (nama tempat)

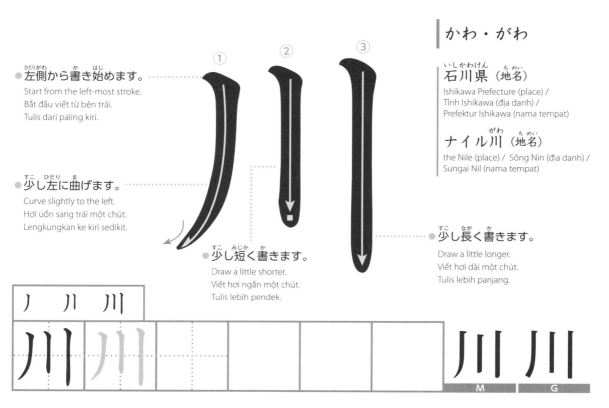

●左側（ひだりがわ）から書（か）き始（はじ）めます。
Start from the left-most stroke.
Bắt đầu viết từ bên trái.
Tulis dari paling kiri.

●少（すこ）し左（ひだり）に曲（ま）げます。
Curve slightly to the left.
Hơi uốn sang trái một chút.
Lengkungkan ke kiri sedikit.

●少（すこ）し短（みじか）く書（か）きます。
Draw a little shorter.
Viết hơi ngắn một chút.
Tulis lebih pendek.

●少（すこ）し長（なが）く書（か）きます。
Draw a little longer.
Viết hơi dài một chút.
Tulis lebih panjang.

| ノ | 川 | 川 |

よこ線とたて線がある漢字

Kanji with horizontal and vertical strokes
Những chữ Hán có chứa cả nét ngang và nét dọc
Kanji dengan garis mendatar dan garis tegak

■ よこ線とたて線がある漢字は、
　よこ線から書きます。

When a kanji has both horizontal and vertical
strokes, start with the horizontal strokes.

Khi viết chữ Hán có chứa cả nét ngang và nét
dọc, ta viết nét ngang trước.

Kanji dengan garis mendatar dan garis tegak
ditulis dari garis mendatar.

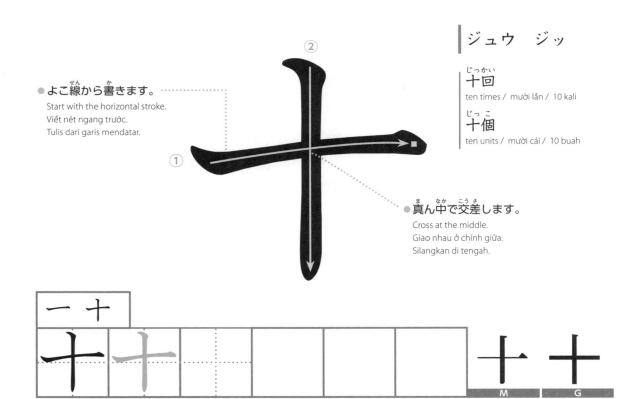

ジュウ　ジッ

じっかい
十回
ten times / mười lần / 10 kali

じっこ
十個
ten units / mười cái / 10 buah

● よこ線から書きます。
Start with the horizontal stroke.
Viết nét ngang trước.
Tulis dari garis mendatar.

● 真ん中で交差します。
Cross at the middle.
Giao nhau ở chính giữa.
Silangkan di tengah.

一　十

M　　G

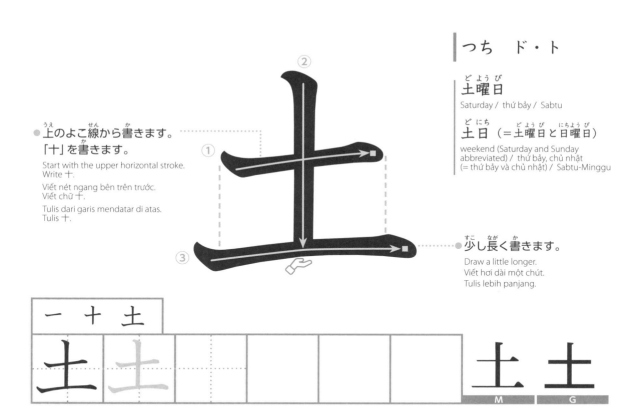

つち　ド・ト

土曜日
Saturday / thứ bảy / Sabtu

土日 （＝土曜日と日曜日）
weekend (Saturday and Sunday abbreviated) / thứ bảy, chủ nhật (= thứ bảy và chủ nhật) / Sabtu-Minggu

● 上のよこ線から書きます。
「十」を書きます。

Start with the upper horizontal stroke. Write 十.

Viết nét ngang bên trên trước. Viết chữ 十.

Tulis dari garis mendatar di atas. Tulis 十.

● 少し長く書きます。

Draw a little longer.

Viết hơi dài một chút.

Tulis lebih panjang.

一	十	土		

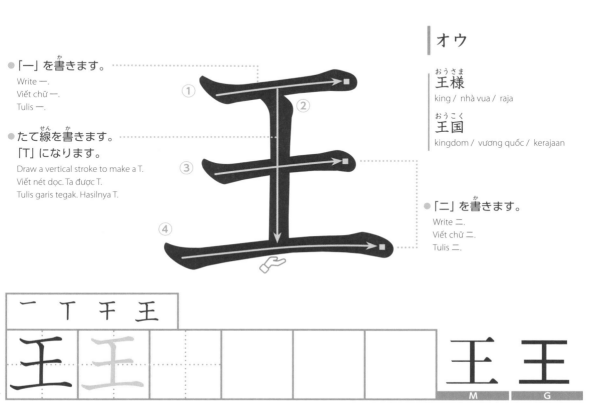

オウ

王様
king / nhà vua / raja

王国
kingdom / vương quốc / kerajaan

● 「一」を書きます。

Write 一.

Viết chữ 一.

Tulis 一.

● たて線を書きます。
「T」になります。

Draw a vertical stroke to make a T.

Viết nét dọc. Ta được T.

Tulis garis tegak. Hasilnya T.

● 「二」を書きます。

Write 二.

Viết chữ 二.

Tulis 二.

一	丁	干	王	

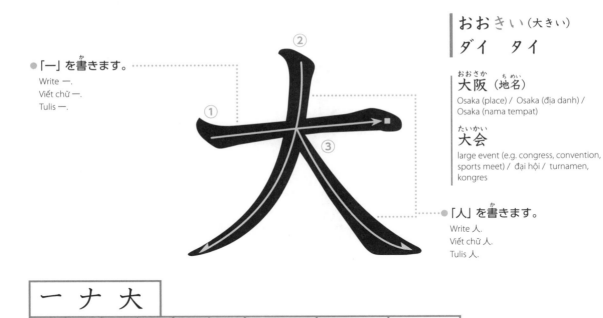

● 「一」を書きます。
Write 一.
Viết chữ 一.
Tulis 一.

おおきい（大きい）
ダイ タイ

おおさか（ちめい）
大阪（地名）
Osaka (place) / Osaka (địa danh) /
Osaka (nama tempat)

たいかい
大会
large event (e.g. congress, convention,
sports meet) / đại hội / turnamen,
kongres

● 「人」を書きます。
Write 人.
Viết chữ 人.
Tulis 人.

一	ナ	大

大	大				

大 大
M G

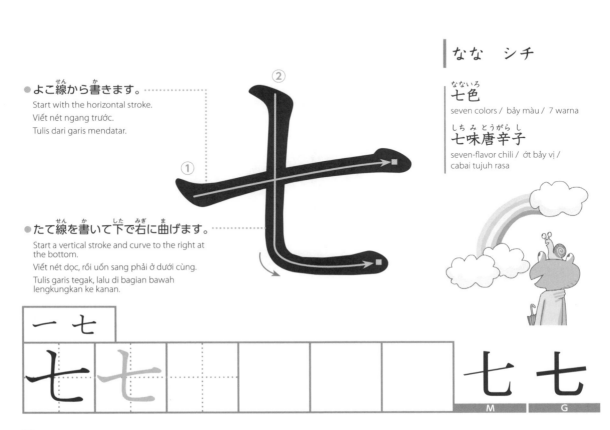

なな シチ

● よこ線から書きます。
Start with the horizontal stroke.
Viết nét ngang trước.
Tulis dari garis mendatar.

なないろ
七色
seven colors / bảy màu / 7 warna

しち み とうがら し
七味唐辛子
seven-flavor chili / ớt bảy vị /
cabai tujuh rasa

● たて線を書いて下で右に曲げます。
Start a vertical stroke and curve to the right at
the bottom.
Viết nét dọc, rồi uốn sang phải ở dưới cùng.
Tulis garis tegak, lalu di bagian bawah
lengkungkan ke kanan.

一	七

七	七				

七 七
M G

ななめの線がある漢字

Kenji with diagonal strokes
Những chữ Hán có chứa nét xiên
Kanji dengan garis miring

■ ななめの線は、必ず上から下に書きます。

Diagonal strokes are always drawn downwards.
Nét xiên nhất thiết phải viết từ trên xuống dưới.
Garis miring harus selalu ditulis dari atas ke bawah.

■ ななめの線が、2本以上あるときは、上の線・左の線から書きます。

When there are multiple diagonal strokes, start with the top or left-most one.
Chữ Hán có 2 nét xiên trở lên thì phải viết nét ở trên/ bên trái trước.
Huruf dengan 2 garis miring atau lebih ditulis dari garis di atas/garis di sebelah kiri.

■ 左上に短いななめの線があるときは、最初に書きます。

The short diagonal stroke on the top left of a character is drawn first.
Khi có nét xiên ngắn ở phía trên bên trái, phải viết nét đó trước.
Jika ada garis miring pendek di kiri atas, pertama-tama tulis garis miring tersebut.

き　モク

植木
garden tree, garden shrub /
cây trồng / tanaman

樹木
tree (general) / cây cối / pohon

● 「十」を書きます。
Write 十.
Viết chữ 十.
Tulis 十.

● 左のななめの線を書きます。
Draw the diagonal stroke on the left.
Viết nét xiên bên trái.
Tulis garis miring di sebelah kiri.

● 右のななめの線を書きます。
Draw the diagonal stroke on the right.
Viết nét xiên bên phải.
Tulis garis miring di sebelah kanan.

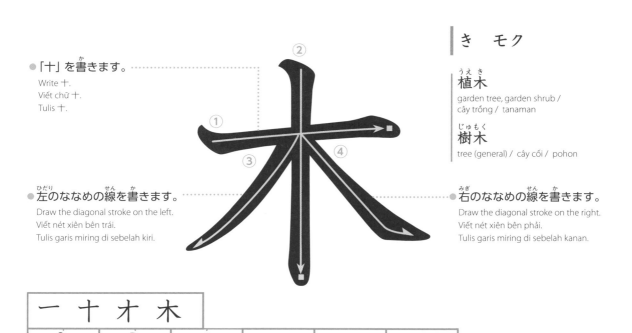

一　十　オ　木

木　木

木　木
M　G

● まず「木」を書きます。
Write 木.
Trước tiên viết chữ 木.
Pertama-tama, tulis 木.

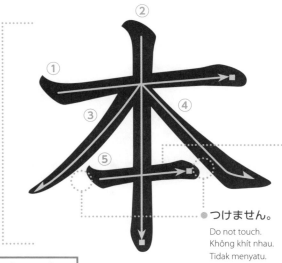

にほん
日本
Japan / Nhật Bản / Jepang

ほんや
本屋
bookstore / hiệu sách / toko buku

● 間に短いよこ線を書きます。
Draw a short horizontal stroke in between.
Viết nét ngang ngắn ở giữa.
Tulis garis mendatar pendek di antaranya.

● つけません。
Do not touch.
Không khít nhau.
Tidak menyatu.

一　十　才　木　本

本　本

本　本
M　G

● 上のよこ線から書きます。
Start with the upper horizontal stroke.
Viết nét ngang bên trên trước.
Tulis dari garis mendatar di atas.

● 左と右に点を書きます。
Draw dots on the left then right.
Viết nét chấm bên trái và bên phải.
Tulis titik di kiri dan kanan.

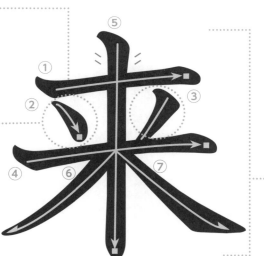

らいにち
来日
visit Japan / đến Nhật Bản /
ke Jepang, kunjungan ke Jepang

みらい
未来
future / tương lai / masa depan

● 「木」を書きます。
上が出ます。
Write 木. The top sticks out.
Viết chữ 木. Phía trên nhô lên.
Tulis 木. Bagian atasnya keluar.

一　𠄌　𠃌　丏　平　来　来

来　来

来　来
M　G

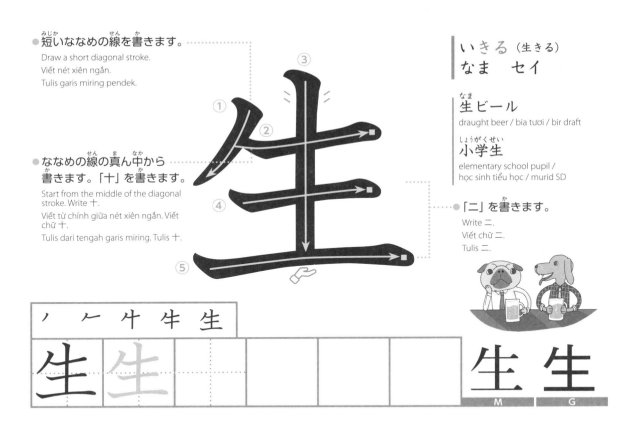

● 短いななめの線を書きます。
Draw a short diagonal stroke.
Viết nét xiên ngắn.
Tulis garis miring pendek.

● ななめの線の真ん中から
書きます。「十」を書きます。
Start from the middle of the diagonal
stroke. Write 十.
Viết từ chính giữa nét xiên ngắn. Viết
chữ 十.
Tulis dari tengah garis miring. Tulis 十.

いきる（生きる）
なま　セイ

生ビール
draught beer / bia tươi / bir draft

小学生
elementary school pupil /
học sinh tiểu học / murid SD

● 「二」を書きます。
Write 二.
Viết chữ 二.
Tulis 二.

ノ　ノー　牛　牛　生

生　生

生　生

M　G

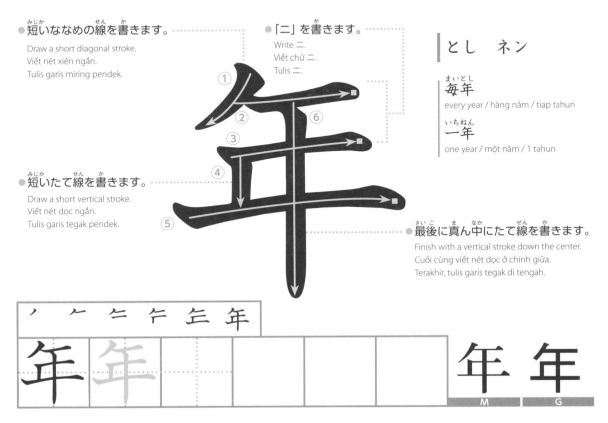

● 短いななめの線を書きます。
Draw a short diagonal stroke.
Viết nét xiên ngắn.
Tulis garis miring pendek.

● 「二」を書きます。
Write 二.
Viết chữ 二.
Tulis 二.

とし　ネン

毎年
every year / hàng năm / tiap tahun

一年
one year / một năm / 1 tahun

● 短いたて線を書きます。
Draw a short vertical stroke.
Viết nét dọc ngắn.
Tulis garis tegak pendek.

● 最後に真ん中にたて線を書きます。
Finish with a vertical stroke down the center.
Cuối cùng viết nét dọc ở chính giữa.
Terakhir, tulis garis tegak di tengah.

ノ　ノー　ヒー　ヒ　ヒ　年

年　年

年　年

M　G

角がある漢字

Kanji with angles
Những chữ Hán có góc
Kanji dengan sudut

■ 右上の角はすべて、ペンを
はなさないで続けて書きます。

Angles that come at the top right are drawn
without lifting the pen.
Tất cả các góc phía trên bên phải cần viết liền
nét.
Untuk sudut di kanan atas, tulis bersambung
tanpa mengangkat pulpen.

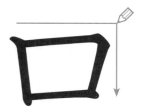

※ カタカナの「ロ」と同じ形、
同じ書き方です。

It is written the same as the katakana ロ.
Có hình dạng và cách viết giống chữ ロ
trong katakana.
Bentuk dan cara menulisnya sama dengan
katakana ロ.

● たて線から書きます。

Start with the vertical stroke.
Viết nét dọc trước.
Tulis dari garis tegak.

│ くち・ぐち　コウ

いりぐち
入口
entrance / cửa vào / pintu masuk

でぐち
出口
exit / cửa ra / pintu keluar

じんこう
人口
population / dân số / populasi

● 最後によこ線を書きます。

Finish with the horizontal stroke.
Cuối cùng viết nét ngang.
Terakhir, tulis garis mendatar.

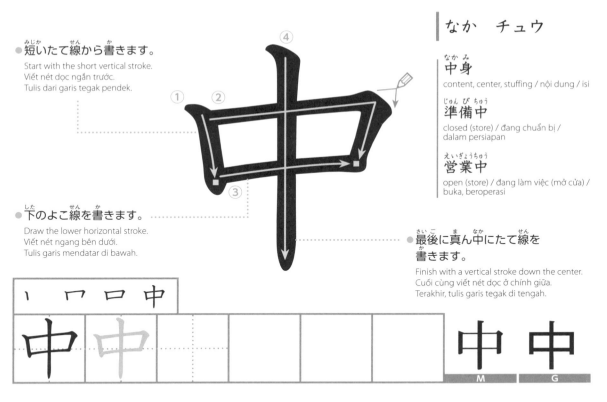

● 短いたて線から書きます。
Start with the short vertical stroke.
Viết nét dọc ngắn trước.
Tulis dari garis tegak pendek.

● 下のよこ線を書きます。
Draw the lower horizontal stroke.
Viết nét ngang bên dưới.
Tulis garis mendatar di bawah.

● 最後に真ん中にたて線を書きます。
Finish with a vertical stroke down the center.
Cuối cùng viết nét dọc ở chính giữa.
Terakhir, tulis garis tegak di tengah.

なか　チュウ

中身
content, center, stuffing / nội dung / isi

準備中
closed (store) / đang chuẩn bị /
dalam persiapan

営業中
open (store) / đang làm việc (mở cửa) /
buka, beroperasi

｜ 口 口 中

中　中
M　G

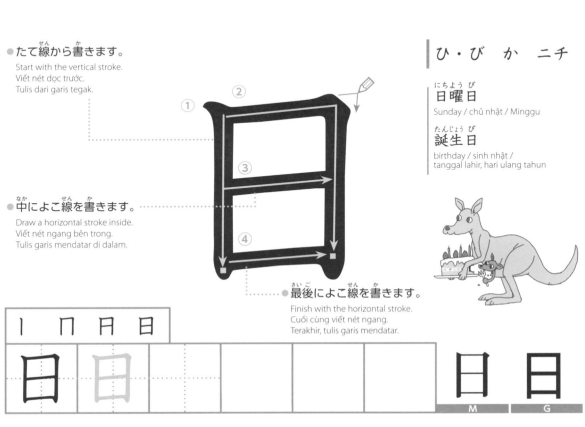

● たて線から書きます。
Start with the vertical stroke.
Viết nét dọc trước.
Tulis dari garis tegak.

● 中によこ線を書きます。
Draw a horizontal stroke inside.
Viết nét ngang bên trong.
Tulis garis mendatar di dalam.

● 最後によこ線を書きます。
Finish with the horizontal stroke.
Cuối cùng viết nét ngang.
Terakhir, tulis garis mendatar.

ひ・び　か　ニチ

日曜日
Sunday / chủ nhật / Minggu

誕生日
birthday / sinh nhật /
tanggal lahir, hari ulang tahun

｜ 冂 日 日

日　日
M　G

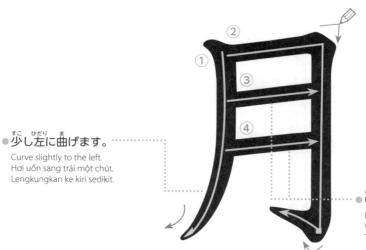

つき・づき
ゲツ　ガツ

みかづき
三日月
crescent moon / trăng lưỡi liềm /
bulan sabit

らいげつ
来月
next month / tháng sau / bulan depan

しがつ
四月
April / tháng tư / April

すこ ひだり ま
● 少し左に曲げます。
Curve slightly to the left.
Hơi uốn sang trái một chút.
Lengkungkan ke kiri sedikit.

なか ほん せん か
● 中に2本の線を書きます。
Draw two strokes inside.
Viết 2 nét bên trong.
Tulis 2 garis di dalam.

ひだり せん か
● 左のたて線から書きます。
Start with the vertical stroke on the left.
Viết nét dọc bên trái trước.
Tulis dari garis tegak di sebelah kiri.

た・だ　デン

た
田んぼ
paddy field / đồng, ruộng / sawah

ほん だ なまえ
本田（名前）
Honda (family name) / Honda (họ tên) /
Honda (nama keluarga)

ま なか せん か
● 真ん中のたて線を書きます。
Draw a vertical stroke down the center.
Viết nét dọc ở chính giữa.
Tulis garis tegak di tengah.

さいご よこ せん ほん か
● 最後によこ線を2本書きます。
Finish with two horizontal strokes.
Cuối cùng viết 2 nét ngang.
Terakhir, tulis 2 garis mendatar.

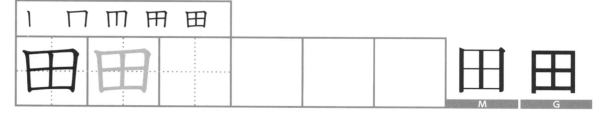

QUIZ 1

<ruby>次<rt>つぎ</rt></ruby>の<ruby>漢字<rt>かんじ</rt></ruby>で<ruby>最初<rt>さいしょ</rt></ruby>に<ruby>書<rt>か</rt></ruby>く<ruby>線<rt>せん</rt></ruby>はどれだと<ruby>思<rt>おも</rt></ruby>いますか。<ruby>最後<rt>さいご</rt></ruby>に<ruby>書<rt>か</rt></ruby>く<ruby>線<rt>せん</rt></ruby>はどれだと<ruby>思<rt>おも</rt></ruby>いますか。

Which stroke is drawn first in the kanji below? Which stroke is drawn last?
Trong những chữ Hán sau, nét viết đầu tiên là nét nào? Nét viết cuối cùng là nét nào?
Mana garis yang pertama kali ditulis pada kanji berikut ini? Mana garis yang terakhir ditulis?

E.g. 日 日 ① ② ③ ④

[1] 川   [2] 田   [3] 木   [4] 七

[5] 年   [6] 上   [7] 五   [8] 目

[9] 天   [10] 矢

● ANSWER → p.89

上	うえ	年上 としうえ	older / hơn tuổi / lebih tua
	ジョウ	以上 いじょう	as stated (mentioned, written, described) above / trên, xin hết / di atas, sekian
五	ゴ	五反田（地名）ごたんだ（ちめい）	Gotanda (place) / Gotanda (địa danh) / Gotanda (nama tempat)
目	め	２時間目 にじかんめ	second hour / giờ thứ hai / jam pelajaran ke-2
	モク	目的 もくてき	objective, purpose / mục đích / tujuan

天	あま	天の川 あまがわ	the Milky Way / dải Ngân hà / Galaksi Bimasakti
	テン	天ぷら てん	tempura / món tẩm bột rán / tempura
矢	や	矢印 やじるし	arrow (symbol) / mũi tên / tanda panah
		弓矢 ゆみや	bow and arrow / cung tên / busur dan anak panah

※川－p.19、田－p.28、木－p.23、七－p.22、年－p.25

29

字　字　字

教科書体
Textbook font
phông Sách giáo khoa
font buku teks

M　G

アルファベットと同じように漢字にもいろいろなフォントがあります。

昔、漢字は筆を使って書いていました。この本で大きくのせている漢字のフォントは、筆や鉛筆を使って手で漢字を書くときの形をモデルにしたフォントです。小学校で字を勉強するために作られたので、「教科書体」とよんでいます。

「M」とある漢字のフォントは「明朝体」といいます。明朝体は、点や線の終わりに筆の動きを残しながら、活字が作りやすいように直線を多く使ってデザインされています。

「G」とある漢字のフォントは「ゴシック体」といいます。ゴシック体は、筆の動きとは関係なく、見やすさや美しさを考えてデザインされました。

みなさんがペンや鉛筆を使って手で漢字を書いて練習するときは「教科書体」のように書いてください。

Just as with the alphabet, there are many fonts available for kanji.

In the past, kanji was written using calligraphy brushes. The font used for the large kanji in this textbook is modeled on the shapes formed by writing kanji using brushes or pencils. It is called Textbook font, because it was created to study characters in elementary school.

The font for kanji labeled M is called Mincho. Mincho was designed with many straight lines that make it easier for print, while keeping the movement of a brush at the end of each stroke or dot.

The font for kanji labeled G is Gothic. Gothic was designed with readability and aesthetics in mind, unrelated to the movement of a brush.

If you are handwriting kanji using pens and pencils, the form to aim for is the Textbook font.

Giống như chữ Alphabet, trong chữ Hán cũng có rất nhiều phông chữ.

Ngày xưa, người ta dùng bút lông để viết chữ Hán. Phông chữ của những chữ Hán cỡ to trong cuốn sách này chính là phông chữ dựa theo mẫu của những chữ Hán được viết bằng tay với bút lông và bút chì. Đây là phông chữ được tạo ra để học chữ ở trường tiểu học, nên nó được gọi là "phông Sách giáo khoa".

Phông chữ Hán "M" được gọi là "phông Mincho". Phông Mincho được thiết kế theo kiểu vừa lưu lại chuyển động của bút lông ở cuối nét chấm và nét, đồng thời dùng nhiều đường thẳng để dễ dàng tạo ra chữ.

Phông chữ Hán "G" được gọi là "phông Gothic". Phông Gothic được thiết kế theo tiêu chí đẹp và dễ đọc chữ không chú trọng đến chuyển động của bút lông.

Khi các bạn dùng bút hay bút chì để luyện viết chữ Hán bằng tay, hãy viết giống chữ "phông Sách giáo khoa" nhé.

Ada berbagai jenis font untuk kanji, sama dengan alfabet.

Dulu kanji ditulis menggunakan kuas. Font kanji yang ditulis berukuran besar dalam buku ini didasarkan pada model penulisan kanji dengan tangan menggunakan kuas atau pensil. Font ini dibuat untuk belajar huruf di SD dan disebut font buku teks.

Font kanji dengan huruf M disebut Mincho. Mincho memiliki banyak garis lurus agar mudah dicetak sambil meninggalkan jejak gerakan kuas di ujung titik dan garis.

Font kanji dengan huruf G disebut Gothic. Gothic dirancang dengan mempertimbangkan kemudahan dibaca dan keindahannya, terlepas dari gerakan kuas.

Ketika Anda berlatih menulis kanji dengan tangan menggunakan pulpen atau pensil, tulislah seperti font buku teks.

2

漢字は
パーツでできている

Kanji are composed of parts
Chữ Hán được hình thành từ các bộ phận
Kanji Terdiri dari Elemen-elemen

漢字は、いくつかのパーツを組み合わせて作ります。日本語では、2000以上の漢字を使いますが、パーツの数は200ぐらいです。パーツを覚えると、たくさんの漢字を読んだり、書いたりできるようになります。

Kanji are combinations of several parts. There are over 2,000 kanji used in Japanese, but there are only about 200 parts. Memorizing the parts will allow you to read and write many kanji.

Chữ Hán được tạo ra bởi việc kết hợp một số các bộ phận lại với nhau. Trong Tiếng Nhật dùng khoảng trên 2000 chữ Hán, số lượng bộ phận là khoảng 200. Nếu nhớ được các bộ phận, ta có thể đọc và viết được rất nhiều chữ Hán.

Kanji dibuat dengan menggabungkan beberapa elemen. Bahasa Jepang menggunakan lebih dari 2000 kanji. Namun, jumlah elemen kanji hanya sekitar 200 buah. Jika Anda hafal elemen-elemen kanji, Anda akan dapat membaca dan menulis banyak kanji.

カタカナは漢字のパーツ

Katakana are also kanji parts / Chữ katakana là bộ phận của chữ Hán / Katakana adalah Elemen dari Kanji

「ひらがな」と「カタカナ」は、漢字から作られた文字です。たとえば「乃」という漢字から「の」と「ノ」ができました。下の４つの漢字からどんな「ひらがな」と「カタカナ」ができたかみてみましょう。

Hiragana and katakana are characters derived from kanji. For example, の and ノ both come from the kanji 乃. Let's take a look at the hiragana and katakana derived from the following four Kanji.	Chữ hiragana và katakana được tạo ra từ chữ Hán. Ví dụ như, từ chữ Hán 乃 tạo ra được chữ の và ノ. Hãy cùng quan sát xem từ 4 chữ Hán dưới đây tạo ra được những chữ hiragana và katakana nào?	Hiragana dan katakana adalah huruf yang dibuat dari kanji. Misalnya, の dan ノ berasal dari kanji 乃. Mari kita lihat hiragana dan katakana yang dapat dibuat dari 4 buah kanji ini.

ひらがな カタカナ

加 → 加 → 加 → か ／ 加 → カ

礼 → 礼 → れ → れ ／ 礼 → レ

止 → 止 → と → と ／ 止 → ト

奈 → 奈 → 奈 → な ／ 奈 → ナ

このように「ひらがな」は、漢字を続けて書いた文字です。一方「カタカナ」は、漢字の一部分から作った文字です。「カタカナ」は、漢字のパーツなのです。

As you can see, hiragana were formed by connecting the kanji strokes. Meanwhile, katakana come from a section of kanji. Katakana are kanji parts.	Như vậy, hiragana là loại chữ viết được tạo ra bởi việc viết liền mạch chữ Hán. Còn katakana là loại chữ được tạo ra từ một bộ phận của chữ Hán. Chữ katakana là bộ phận của chữ Hán.	Terlihat bahwa hiragana adalah huruf dari kanji yang terus-menerus ditulis dengan disederhanakan. Sementara itu, katakana adalah huruf yang dibuat dari bagian kanji. Katakana adalah elemen dari kanji.

注）ひらがなとカタカナが、別の漢字からできた字もあります。たとえば「い」は「以」、「イ」は「伊」、「た」は「太」、「タ」は「多」という別の漢字からできました。

Note: Some corresponding hiragana and katakana come from different kanji. For example, い comes from 以, イ from 伊, た from 太, タ from 多.	Chú ý: Cũng có trường hợp chữ hiragana và katakana được tạo ra từ những chữ Hán khác nhau. Ví dụ như: い từ 以; イ từ 伊; た từ 太; タ từ 多.	Catatan: Ada juga hiragana dan katakana yang berasal dari kanji lain. Misalnya, い berasal dari 以, sedangkan イ berasal dari kanji lain 伊. Selain itu, た berasal dari 太, sedangkan タ berasal dari kanji lain 多.

「ノ」を使う漢字

Kanji using ノ
Những chữ Hán có bộ phận là ノ
Kanji yang menggunakan ノ

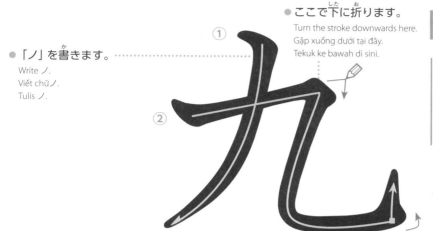

● ここで下に折ります。
Turn the stroke downwards here.
Gập xuống dưới tại đây.
Tekuk ke bawah di sini.

● 「ノ」を書きます。
Write ノ.
Viết chữ ノ.
Tulis ノ.

ク キュウ

九月
September / tháng chín / September

九州（地名）
Kyushu (place) / Kyushu (địa danh) /
Kyushu (nama tempat)

● 最後にはねます。
Finish with a flick.
Hất lên ở cuối.
Terakhir, pantulkan.

ノ	九						

九 九
M G

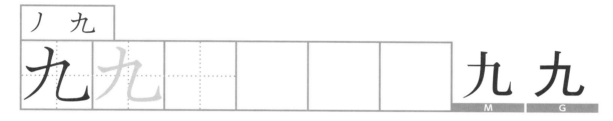

おんな ジョ

女性
woman, female / nữ giới / perempuan

女子トイレ
women's restrooms / toa lét nữ /
toilet wanita

● 「く」を書きます。
Write く.
Viết chữ く.
Tulis く.

● 「ノ」を書きます。
Write ノ.
Viết chữ ノ.
Tulis ノ.

● 最後に上のよこ線を書きます。
珍しい書き順です。
Finish with the upper horizontal stroke.
This is a rare stroke order.
Cuối cùng viết nét ngang ở trên. Đây là
thứ tự viết hiếm gặp.
Terakhir, tulis garis mendatar di atas.
Urutan penulisan ini termasuk langka.

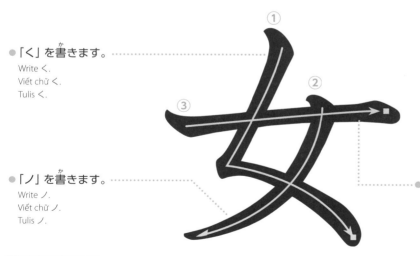

く	タ	女				

女 女
M G

33

「夕」を使う漢字

Kanji using 夕
Những chữ Hán có bộ phận là 夕
Kanji yang menggunakan 夕

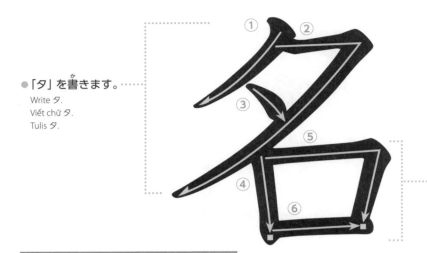

な　メイ

名前
name / họ tên / nama

地名
place name / địa danh / nama tempat

● 「夕」を書きます。
Write 夕.
Viết chữ 夕.
Tulis 夕.

● 少しよこに長い「口」を書きます。
Write a slightly wider 口.
Viết chữ 口 hơi bẹt theo chiều ngang.
Tulis 口 panjang agak rebah.

ノ　ク　タ　タ　名　名

名　名　　　　　　　　　　　名　名

M　G

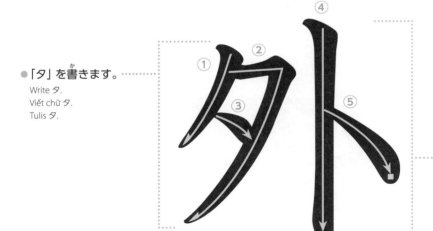

そと　ガイ　ゲ

外国
foreign country / nước ngoài / luar negeri

外科
surgery / khoa ngoại / departemen bedah

● 「夕」を書きます。
Write 夕.
Viết chữ 夕.
Tulis 夕.

● 「卜」を書きます。
Write 卜.
Viết chữ 卜.
Tulis 卜.

ノ　ク　タ　夘　外

外　外　　　　　　　　　　　外　外

M　G

「口」を使う漢字

Kanji using 口
Những chữ Hán có bộ phận là 口
Kanji yang menggunakan 口

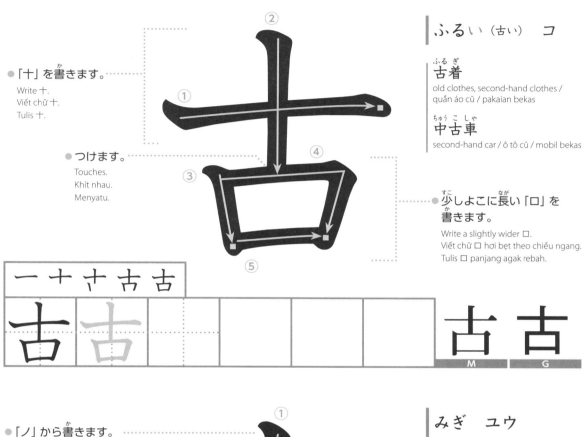

● 「十」を書きます。
Write 十.
Viết chữ 十.
Tulis 十.

● つけます。
Touches.
Khít nhau.
Menyatu.

ふるい（古い）　コ

古着
old clothes, second-hand clothes /
quần áo cũ / pakaian bekas

中古車
second-hand car / ô tô cũ / mobil bekas

● 少しよこに長い「口」を書きます。
Write a slightly wider 口.
Viết chữ 口 hơi bẹt theo chiều ngang.
Tulis 口 panjang agak rebah.

一　十　十　古　古

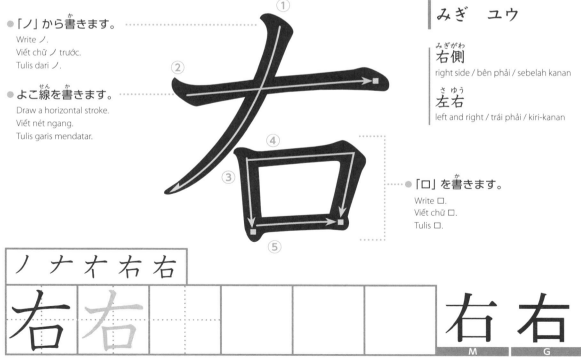

● 「ノ」から書きます。
Write ノ.
Viết chữ ノ trước.
Tulis dari ノ.

● よこ線を書きます。
Draw a horizontal stroke.
Viết nét ngang.
Tulis garis mendatar.

みぎ　ユウ

右側
right side / bên phải / sebelah kanan

左右
left and right / trái phải / kiri-kanan

● 「口」を書きます。
Write 口.
Viết chữ 口.
Tulis 口.

ノ　ナ　ナ　右　右

「ハ」を使う漢字

Kanji using ハ
Những chữ Hán có bộ phận là ハ
Kanji yang menggunakan ハ

ロク・ロッ

六角形
hexagon / Hình lục giác / bentuk segi enam

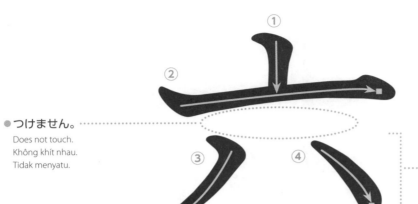

● つけません。
Does not touch.
Không khít nhau.
Tidak menyatu.

● 「ハ」を書きます。
Write ハ.
Viết chữ ハ.
Tulis ハ.

丶	亠	六	六

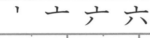

六 六
M   G

わける（分ける）
フン・ブン・プン

自分
self / bản thân / diri sendiri

（ごみを）分別する
to sort (garbage) / phân loại (rác) /
memilah (sampah)

3分
3 minutes / 3 phút / 3 menit

● 「ハ」を書きます。
Write ハ.
Viết chữ ハ.
Tulis ハ.

● 「カ」に似ていますが、
上が出ません。
Similar to カ but the top does
not stick out.
Giống chữ カ, nhưng không nhô
lên ở trên.
Bentuknya mirip カ, tetapi
bagian atasnya tidak keluar.

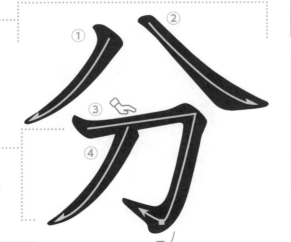

ノ	八	分	分

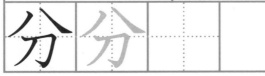

分 分
M   G

「ム」を使う漢字

Kanji using ム
Những chữ Hán có bộ phận là ム
Kanji yang menggunakan ム

- ●「ハ」を書きます。
  Write ハ.
  Viết chữ ハ.
  Tulis ハ.

コウ

こうえん
公園
park / công viên / taman

こうりつがっこう
公立学校
public school / trường công lập /
sekolah negeri

- ●「ム」を書きます。
  Write ム.
  Viết chữ ム.
  Tulis ム.

ノ	ハ	公	公

M　　G

- ●よこ線から書きます。
  Start with the horizontal stroke.
  Viết nét ngang trước.
  Tulis dari garis mendatar.

- ●交差します。
  Crosses.
  Hai nét cắt nhau.
  Silangkan.

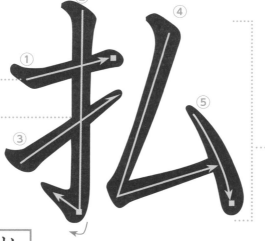

はらう（払う）

はら
払う
to pay / thanh toán / membayar

し はら
支払い
payment / sự chi trả, sự thanh toán /
pembayaran

- ●少したてに長い「ム」を
  書きます。
  Write a slightly longer ム.
  Viết chữ ム hơi dài theo chiều dọc.
  Tulis ム panjang agak ramping.

一	十	才	払	払

払 払
M　　G

「チ」を使う漢字

Kanji using チ
Những chữ Hán có bộ phận là チ
Kanji yang menggunakan チ

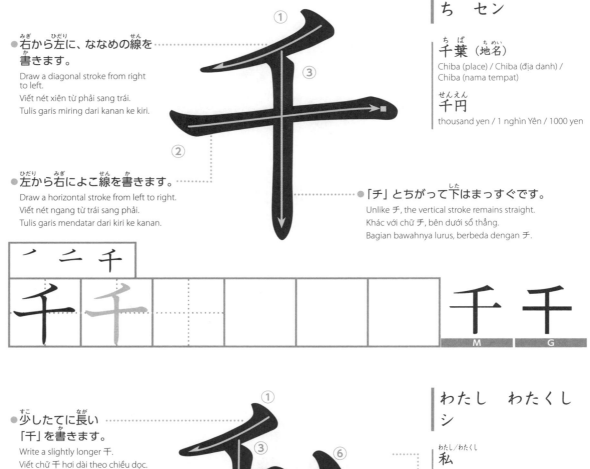

ち セン

千葉（地名）
Chiba (place) / Chiba (địa danh) /
Chiba (nama tempat)

千円
thousand yen / 1 nghìn Yên / 1000 yen

● 右から左に、ななめの線を書きます。
Draw a diagonal stroke from right to left.
Viết nét xiên từ phải sang trái.
Tulis garis miring dari kanan ke kiri.

● 左から右によこ線を書きます。
Draw a horizontal stroke from left to right.
Viết nét ngang từ trái sang phải.
Tulis garis mendatar dari kiri ke kanan.

● 「チ」とちがって下はまっすぐです。
Unlike チ, the vertical stroke remains straight.
Khác với chữ チ, bên dưới số thẳng.
Bagian bawahnya lurus, berbeda dengan チ.

ノ 二 千

千 千

千 千

M   G

わたし わたくし
シ

私
me, I / tôi / saya

私立学校
private school / trường tư thục /
sekolah swasta

● 少したてに長い「千」を書きます。
Write a slightly longer 千.
Viết chữ 千 hơi dài theo chiều dọc.
Tulis 千 panjang agak ramping.

● 左と右にななめの線を書きます。
Draw diagonal strokes on the left and right.
Viết nét xiên ở bên trái và bên phải.
Tulis garis miring di kiri dan kanan.

● 「ム」を書きます。
Write ム.
Viết chữ ム.
Tulis ム.

ノ 二 千 千 禾 私 私

私 私

私 私

M   G

「イ」を使う漢字

Kanji using イ
Những chữ Hán có bộ phận là イ
Kanji yang menggunakan イ

やすむ（休む）　キュウ

休む
to rest / nghỉ / beristirahat

休日
holiday / ngày nghỉ / hari libur

●少したてに長い「イ」を書きます。

Write a slightly longer イ.

Viết chữ イ hơi dài theo chiều dọc.

Tulis イ panjang agak ramping.

●「木」を書きます。
Write 木.
Viết chữ 木.
Tulis 木.

ノ	イ	仁	什	休	休

休	休				

休　休
M　G

からだ　タイ

体操
gymnastics, calisthenics /
thể dục / senam

体育
physical education / giáo dục thể chất /
pendidikan jasmani, latihan fisik

●少したてに長い「イ」を書きます。

Write a slightly longer イ.

Viết chữ イ hơi dài theo chiều dọc.

Tulis イ panjang agak ramping.

●「本」を書きます。
Write 本.
Viết chữ 本.
Tulis 本.

ノ	イ	仁	什	休	休	体

体	体				

体　体
M　G

「メ」を使う漢字

Kanji using メ
Những chữ Hán có bộ phận là メ
Kanji yang menggunakan メ

● よこ線から書きます。

Start with the horizontal stroke.
Viết nét ngang trước.
Tulis dari garis mendatar.

● たて線を書き、
下で右に折ります。

Draw a vertical stroke and turn to the right at the bottom.
Viết nét dọc, rồi gập sang phải ở dưới cùng.
Tulis garis tegak, lalu di bagian bawah tekuk ke kanan.

ク

区別
differentiation / phân biệt / klasifikasi, pembedaan

区役所
ward office / văn phòng phường / balai distrik, kantor pemerintah distrik

● 「メ」を書きます。

Write メ.
Viết chữ メ.
Tulis メ.

一	フ	メ	区				
区	区						

区 区
M   G

● 短いななめの線（ノ）を書いてから、よこ線を3本書きます。

Draw a short diagonal stroke (ノ) and then 3 horizontal strokes.
Sau khi viết nét xiên ngắn ノ, ta viết 3 nét ngang.
Setelah menulis garis miring pendek (ノ), tulis 3 garis mendatar.

● 最後に「メ」を書きます。

Finish with メ.
Cuối cùng viết chữ メ.
Terakhir, tulis メ.

キ

天気
weather / khí hậu / cuaca

空気
air / không khí / udara

● 一番下の線は
下に折れて曲がります。

The bottom horizontal stroke turns down then curves out.
Nét dưới cùng gập xuống dưới rồi uốn.
Tekuk garis paling bawah ke bawah, lalu lengkungkan.

ノ	⺈	⺵	气	気	気		
気	気						

気 気
M   G

40

「エ」を使う漢字

Kanji using エ
Những chữ Hán có bộ phận là エ
Kanji yang menggunakan エ

* 「右」(p.35)とは書き順が違います。

The stroke order differs from 右 (p.35).
Thứ tự viết khác với chữ 右 (p.35).
Urutan penulisannya berbeda dengan 右 (hlm. 35).

● よこ線から書きます。

Start with the horizontal stroke.
Viết nét ngang trước.
Tulis dari garis mendatar.

● 交差するように「ノ」を書きます。

Write ノ to cross the first stroke.
Viết chữ ノ cắt nét ngang.
Tulis ノ menyilang.

ひだり　サ

左側
left side / bên trái / sebelah kiri

左右
left and right / trái phải / kiri-kanan

● 「エ」を書きます。

Write エ.
Viết chữ エ.
Tulis エ.

一 ナ ナ 左 左

左 左

左 左
M　G

● よこに長い「ウ」を書きます。

Write a wide ウ.
Viết chữ ウ bẹt theo chiều ngang.
Tulis ウ panjang rebah.

● 「ハ」に似ています。

This is similar to ハ.
Giống chữ ハ.
Bentuknya mirip ハ.

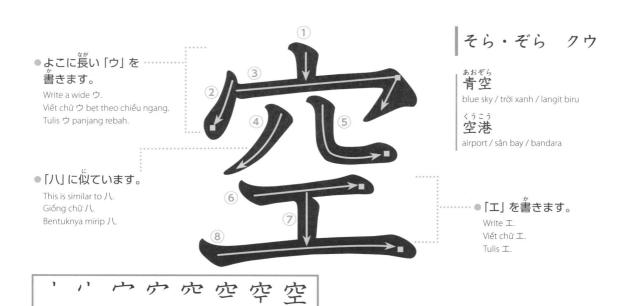

そら・ぞら　クウ

青空
blue sky / trời xanh / langit biru

空港
airport / sân bay / bandara

● 「エ」を書きます。

Write エ.
Viết chữ エ.
Tulis エ.

` ` ` ウ ウ 空 空 空 空

空 空

空 空
M　G

「力」を使う漢字

Kanji using 力
Những chữ Hán có bộ phận là 力
Kanji yang menggunakan 力

● 「目」を書きます。
Write 目.
Viết chữ 目.
Tulis 目.

● 一番下の線は出ます。
The bottom horizontal stroke sticks out on both sides.
Nét cuối cùng nhô lên.
Garis paling bawah keluar.

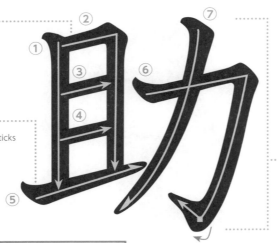

たすける（助ける） ジョ

助ける
to help / trợ giúp /
membantu, menolong

援助
aid, help / viện trợ / bantuan

● たてに長い「力」を書きます。
Write a long 力.
Viết chữ 力 dài theo chiều dọc.
Tulis 力 panjang ramping.

一	口	月	月	目	助	助

助 助 ⬜ ⬜ ⬜ ⬜ ⬜

助 助
M   G

● 少しよこに長い「田」を書きます。
Write a slightly wider 田.
Viết chữ 田 hơi bẹt theo chiều ngang.
Tulis 田 panjang agak rebah.

おとこ ダン

男性
man, male / nam giới / laki-laki

男子トイレ
men's restrooms / toa lét nam / toilet pria

● 少しよこに長い「力」を書きます。
Write a slightly wider 力.
Viết chữ 力 hơi bẹt theo chiều ngang.
Tulis 力 panjang agak rebah.

一	口	田	田	田	田	男	男

男 男 ⬜ ⬜ ⬜ ⬜ ⬜

男 男
M   G

「フ」を使う漢字

Kanji using フ
Những chữ Hán có bộ phận là フ
Kanji yang menggunakan フ

こ シ

- ●「フ」を書きます。
  下は少し短く書きます。

  Write フ. The bottom is written a little short.
  Viết chữ フ. Phần dưới viết hơi ngắn một chút.
  Tulis フ. Bagian bawahnya ditulis lebih pendek.

- ●「フ」の下に、
  たて線を書きます。

  Draw a vertical stroke under the フ.
  Viết nét dọc ở dưới chữ フ.
  Tulis garis tegak di bawah フ.

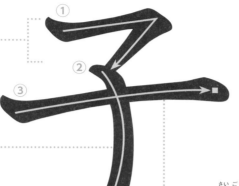

子供
child / trẻ con / anak

親子
parent and child / bố con, mẹ con / orang tua dan anak

菓子
snack / kẹo / kue, kudapan

- ●最後によこ線を書きます。
  Finish with the horizontal stroke.
  Cuối cùng viết nét ngang.
  Terakhir, tulis garis mendatar.

フ	了	子

子 子 子

子 子

M　G

みず スイ

- ●たて線から書きます。
  Start with the vertical stroke.
  Viết nét dọc trước.
  Tulis dari garis tegak.

- ●小さな「フ」を書きます。
  Write a small フ.
  Viết chữ フ nhỏ.
  Tulis フ kecil.

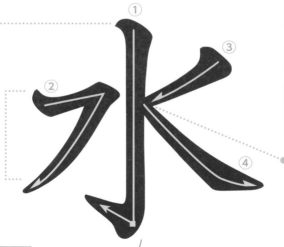

水色
light blue / màu xanh nhạt / biru muda

水道
running water (infrastructure) / đường ống nước / air leding

- ●ここでペンをはなします。
  Lift the pen here.
  Tại đây ngắt nét.
  Angkat pulpen di sini.

亅	刀	水	水

水 水

水 水

M　G

43

「シ」を使う漢字

Kanji using シ
Những chữ Hán có bộ phận là シ
Kanji yang menggunakan シ

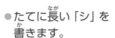

● なˊ ななめに点を
書きます。

Draw a diagonal dot.
Viết nét chấm chéo.
Tulis titik miring.

そそぐ（注ぐ）　チュウ

注意
warning / chú ý / perhatian

発注
order / đặt hàng / pemesanan

● たてに長い「シ」を
書きます。

Write a long シ.
Viết chữ シ dài theo chiều
dọc.
Tulis シ panjang ramping.

● 「王」を書きます。

Write 王.
Viết chữ 王.
Tulis 王.

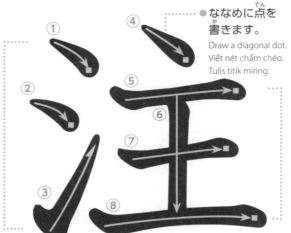

`、 ˊ シ ジ ジー 汁 汪 注`

注	注				

注　注
M　G

● 「土」を書きます。

Write 土.
Viết chữ 土.
Tulis 土.

ホウ

法律
law, legislation / pháp luật / hukum

方法
method, way / phương pháp /
cara, metode

● たてに長い「シ」を
書きます。

Write a long シ.
Viết chữ シ dài theo chiều
dọc.
Tulis シ panjang ramping.

● 「ム」を書きます。

Write ム.
Viết chữ ム.
Tulis ム.

`、 ˊ シ ジー 汁 汁 法 法`

法	法				

法　法
M　G

「ネ」を使う漢字

Kanji using ネ
Những chữ Hán có bộ phận là ネ
Kanji yang menggunakan ネ

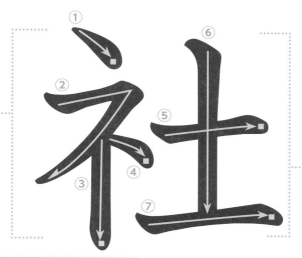

シャ・ジャ

かいしゃ
会社
company / công ty / perusahaan

じんじゃ
神社
shrine / đền, miếu / kuil Shinto

●少したてに長い
「ネ」を書きます。
Write a slightly longer ネ.
Viết chữ ネ hơi dài theo
chiều dọc.
Tulis ネ panjang agak
ramping.

●「土」を書きます。
Write 土.
Viết chữ 土.
Tulis 土.

丶 ラ ヲ ネ ネ 社 社

社 社

社 社
M G

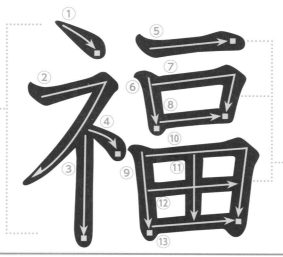

フク

こうふく
幸福
happiness / hạnh phúc / kebahagiaan

ふくし
福社
welfare / phúc lợi / kesejahteraan

●少したてに長い
「ネ」を書きます。
Write a slightly longer ネ.
Viết chữ ネ hơi dài theo
chiều dọc.
Tulis ネ panjang agak
ramping.

●「一」、「口」、「田」
を書きます。
Write 一, 口, 田.
Viết chữ 一, 口, 田.
Tulis 一, 口, dan 田.

丶 ラ ヲ ネ ネ 礻 礻 礻 礻 福 福 福 福

福 福

福 福
M G

QUIZ 2

どんなカタカナを使っているか、探してください。

Which katakana do you see in these kanji?
Hãy tìm xem có những chữ katakana nào?
Carilah katakana apa yang digunakan.

E.g. 北　北 （ヒ）

① 動　② 雪　③ 図

④ 元　⑤ 池　⑥ 神

⑦ 江　⑧ 花　⑨ 帰

●ANSWER → p.89

北	きた ホク・ホッ	北風 northern wind / gió bắc / angin utara
		北海道（地名） Hokkaido (place) / Hokkaido (địa danh) / Hokkaido (nama tempat)
動	うごく （動く） ドウ	動物 animal / động vật / hewan
		運動 exercise / vận động / olahraga
雪	ゆき セツ	初雪 first snow / tuyết đầu mùa / salju pertama (pada tahun tersebut)
		積雪 snowfall / tuyết chất đống / tumpukan salju
図	ズ	地図 map / bản đồ / peta
		図工 arts and crafts / thủ công / seni rupa
元	もと ガン ゲン	根元 root / nguồn gốc / pangkal, akar
		元日 New Year's Day / ngày đầu năm / awal tahun, 1 Januari
		元気 well (physical state) / khỏe / sehat, ceria

池	いけ チ	電池 battery / pin, ắc quy / baterai
神	かみ こう シン・ジン	神様 god / vị thần, vị thánh / Tuhan
		神社 shrine / đền, miếu / kuil Shinto
江	え コウ	江戸 Edo (former name of Tokyo) / Edo (tên cũ của Tokyo) / Edo (nama lama Tokyo)
花	はな カ	花火 fireworks / pháo hoa / kembang api
		花瓶 vase / lọ hoa / vas bunga
帰	かえる （帰る） キ	帰り道 way home / đường về / jalan pulang
		復帰 recovery / quay về / kembali, kepulangan

QUIZ 3

<ruby>次<rt>つぎ</rt></ruby>の<ruby>漢字<rt>かんじ</rt></ruby>の<ruby>中<rt>なか</rt></ruby>にどんな<ruby>漢字<rt>かんじ</rt></ruby>があるか、<ruby>探<rt>さが</rt></ruby>してください。

What kanji do you see inside these kanji?
Hãy tìm xem có những chữ Hán nào trong các chữ Hán sau đây.
Carilah kanji apa saja yang berada di dalam kanji berikut ini.

E.g. 明 （日　月）

① 白　　② 百　　③ 犬

④ 朝　　⑤ 春

● ANSWER → p.89

明	あかるい （明るい） メイ	明日	tomorrow / ngày mai / esok hari	犬	いぬ	子犬	puppy / chó con / anak anjing
		照明	lighting / chiếu sáng / penerangan, lampu				
白	しろ ハク	真っ白	pure white / trắng xóa, trắng tinh / putih pucat, putih bersih	朝	あさ チョウ	毎朝	every morning / hàng sáng / tiap pagi
		紅白	red and white / đỏ và trắng / merah putih			朝食	breakfast / bữa ăn sáng / makan pagi
百	ひゃく	百円	100 yen / một trăm Yên / 100 yen	春	はる	春	spring / mùa xuân / musim semi

47

この本（ほん）では、漢字（かんじ）をパーツにわけて読（よ）んだり、書（か）いたり、覚（おぼ）えたりする方法（ほうほう）を練習（れんしゅう）しています。漢字（かんじ）のパーツを整理（せいり）・分類（ぶんるい）したものを日本語（にほんご）（と中国語（ちゅうごくご））で「部首（ぶしゅ）」といいます。部首（ぶしゅ）には、名前（なまえ）がついています。会話（かいわ）や電話（でんわ）など、紙（かみ）に書（か）いて示（しめ）せないとき、部首（ぶしゅ）の名前（なまえ）を言（い）って漢字（かんじ）を伝（つた）えることがあります。また、辞書（じしょ）で漢字（かんじ）を調（しら）べるときに、部首（ぶしゅ）を使（つか）うこともあります。

ただ現在（げんざい）は、スマートフォンやパソコンを使（つか）って簡単（かんたん）に文字（もじ）を送（おく）ったり、調（しら）べたりすることができます。だから、あまり部首（ぶしゅ）の名前（なまえ）は知（し）らなくてもいいのです。でも、名前（なまえ）を知（し）っていると漢字（かんじ）が覚（おぼ）えやすくなると思（おも）います。代表的（だいひょうてき）な部首（ぶしゅ）の名前（なまえ）を紹介（しょうかい）します。

This book teaches how to read, write and memorize kanji in parts. The parts that kanji are categorized into are called "bushu" (radicals). Radicals have names. When a character cannot be written down, for example during conversation or on the phone, it is sometimes clarified by referring to the radical. Radicals can also be used to look up characters in dictionaries.

But these days, it is easy to send or look up characters using smartphones and computers, so you don't really need to know the names of the radicals. That said, it is probably easier to memorize kanji if you know the names. Here are some of the most common radicals.

Trong cuốn sách này chúng ta luyện cách đọc, viết, ghi nhớ chữ Hán bằng cách chia chúng thành các bộ phận. Chủng loại của các bộ phận của chữ Hán trong tiếng Nhật (và tiếng Trung Quốc) người ta gọi là "bộ thủ". Các bộ thủ đều có tên gọi. Khi không thể viết chữ Hán ra giấy chẳng hạn như lúc nói chuyện hay gọi điện thoại, người ta truyền đạt chữ Hán bằng cách nói tên của các bộ thủ. Ngoài ra, khi dùng từ điển tra chữ Hán cũng có lúc người ta dùng bộ thủ.

Nhưng hiện nay chúng ta có thể dùng máy tính hay điện thoại thông minh để gửi hoặc tra cứu chữ Hán một cách dễ dàng. Cho nên bạn cần phải biết tên của các bộ thủ nữa. Nhưng dù sao việc biết tên của các bộ thủ cũng giúp ta nhớ chữ Hán dễ hơn. Chúng tôi xin giới thiệu tên một số bộ thủ điển hình.

Buku ini membantu Anda berlatih cara membaca, menulis, dan menghafal kanji dengan membaginya menjadi beberapa elemen. Bagian kanji yang menyusun/mengklasifikasikan elemen kanji dalam bahasa Jepang (dan bahasa Tionghoa) disebut "bushu" (radikal). Bushu memiliki nama. Ketika seseorang tidak bisa menunjukkan dengan kertas, misalnya dalam percakapan dan panggilan telepon, ada kalanya ia memberitahukan kanji dengan menyebut nama bushu. Anda juga bisa menggunakan bushu untuk mencari kanji di kamus.

Namun, saat ini Anda dapat dengan mudah mengirim dan mencari tahu huruf menggunakan ponsel cerdas atau komputer. Oleh karena itu, Anda tidak perlu tahu banyak tentang nama bushu. Tentu saja, jika Anda tahu namanya, Anda akan lebih mudah menghafal kanji. Berikut ini dijelaskan nama beberapa bushu yang sering digunakan.

かんむり Crown radicals / bộ đầu / Radikal di bagian atas

くさかんむり（艹）→ 花　草
うかんむり（宀）→ 字　家
たけかんむり（竹）→ 箱　筆
あめかんむり（雨）→ 雪　雲

たれ Draping radicals / bộ rủ / Radikal yang menjuntai

まだれ（广）→ 店　広
やまいだれ（疒）→ 病

かまえ Enclosing radicals / bộ bao / Radikal yang mengelilingi kanji

くにがまえ（囗）→ 国　園
もんがまえ（門）→ 間　聞

あし Bottom radicals / bộ túc / Radikal di bagian bawah

れんが／れっか（灬）→ 点　無
こころ（心）→ 急　感

にょう Bottom-left radicals / bộ viền dưới / Radikal yang memangku bagian bawah kanji

しんにょう（辶）→ 週　道
えんにょう（廴）→ 建　延

れんしゅう Practice / luyện tập / Latihan

真ん中にたて線がある漢字

Kanji with a vertical stroke down the center
Những chữ Hán có nét dọc ở chính giữa
Kanji dengan garis tegak di tengah

■ 真ん中にたて線がある漢字は、最後にたて線を書きます。

The vertical stroke down the center is drawn at the very end.
Những chữ Hán có nét dọc ở chính giữa thì ta viết nét dọc cuối cùng.
Untuk kanji dengan garis tegak di tengahnya, tulis garis tegak terakhir.

Last

くるま　シャ

自転車
bicycle / xe đạp / sepeda

駐車場
parking lot, parkade / bãi đỗ xe /
tempat parkir

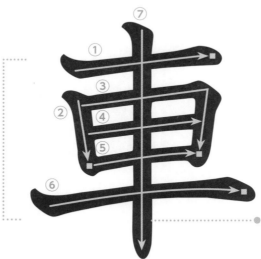

● 上から「一」、「日」、「一」を書きます。

From the top, write 一, 日, 一.
Viết 一, 日, 一 lần lượt từ trên xuống.
Tulis dari atas 一, 日, dan 一.

● 最後に真ん中にたて線を書きます。

Finish with a vertical stroke down the center.
Cuối cùng viết nét dọc ở chính giữa.
Terakhir, tulis garis tegak di tengah.

一	厂	百	盲	亘	車

車	車				

車 車

 こと　ジ

● 「一」と「口」を書き、
「ヨ」に似た形を書きます。

Write 一 and 口, then a shape
similar to ヨ.

Viết chữ 一 và 口, rồi viết hình
giống chữ ヨ.

Tulis 一 dan 口, lalu tulis bentuk
mirip ヨ.

食事
meal / bữa ăn / makan

事故
accident, incident / tai nạn / kecelakaan

● 最後に真ん中にたて線を書きます。

Finish with a vertical stroke down the center.

Cuối cùng viết nét dọc ở chính giữa.

Terakhir, tulis garis tegak di tengah.

一　一　一　一　写　写　写　事

事　事
M　G

かく（書く）　ショ

● 「ヨ」に似た形と、
「二」を書きます。

Draw a shape similar to ヨ,
then write 二.

Viết hình giống chữ ヨ,
và viết chữ 二.

Tulis bentuk mirip ヨ dan 二.

● たて線を「二」の下の
線まで書きます。

Draw a vertical stroke to the
lower stroke of 二.

Viết nét dọc kéo xuống tận
nét dưới của chữ 二.

Tulis garis tegak sampai garis
bawah bagian dari 二.

書き順
stroke order / thứ tự viết /
urutan penulisan

図書館
library / thư viện / perpustakaan

● 「日」を書きます。

Write 日.

Viết chữ 日.

Tulis 日.

コ　フ　ヲ　ヨ　ヨ　彐　聿　書　書　書

書　書
M　G

51

同じパーツを使う漢字

Kanji with repeating parts

Những chữ Hán có các bộ phận giống nhau

Kanji yang menggunakan elemen yang sama

■ 左右に同じパーツを使う漢字は、
左側のパーツを少し細長く書きます。

When the same part is used on the left and right,
the part on the left is slightly narrower.

Những chữ Hán có các bộ phận giống nhau ở bên trái và
phải, thì viết bộ phận bên trái hơi hẹp và dài một chút.

Untuk kanji yang menggunakan elemen yang sama di
kanan-kirinya, tulis elemen di bagian kiri lebih ramping.

● 少し細長い「木」を
書きます。
右のななめの線は短く
書きます。

Write a slightly narrower 木.
The diagonal stroke on the right
is short.

Viết chữ 木 hơi hẹp và dài hơn
một chút so với chữ bên phải.
Nét xiên bên phải viết ngắn.

Tulis 木 lebih ramping.
Tulis garis miring di sebelah
kanan lebih pendek.

はやし・ばやし
リン

小林（名前）
Kobayashi (family name) / Kobayashi
(họ tên) / Kobayashi (nama keluarga)

森林
forest, woodland / rừng / hutan

● 右の「木」を書きます。

Write 木 on the right.

Viết chữ 木 bên phải.

Tulis 木 di sebelah kanan.

一	十	オ	木	朾	杜	材	林

林　林

林　林
M　G

52

● 「タ」を書きます。
Write タ.
Viết chữ タ.
Tulis タ.

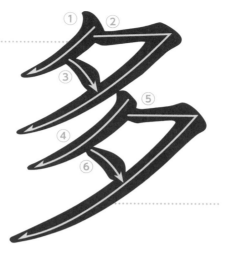

おおい（多い） タ

多少
たしょう
somewhat, to a certain degree /
một chút / sedikit banyak

多忙
たぼう
busy / bận rộn / kesibukan

● 右ななめ下に「タ」を書きます。
みぎ　　　　　した　　　　　　か
Write another タ below and to the right.
Viết chữ タ ở chỗ chếch dưới bên phải.
Tulis タ di bawah miring kanan.

ノ	ク	タ	タ	多	多

多	多				

多 多
M　　G

● 少し細長い「ケ」を
　すこ　ほそなが
　書きます。
　か
Write a slightly narrower ケ.
Viết chữ ケ hơi hẹp và dài
một chút.
Tulis ケ lebih ramping.

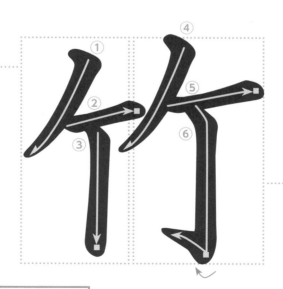

たけ　チク

竹の子
たけ　こ
bamboo shoot / măng / bambu muda

竹林
ちくりん
bamboo forest / rừng tre / hutan bambu

● 右の「ケ」を書きます。
　みぎ　　　　　か
　下は、はねます。
　した
Write ケ on the right.
The bottom flicks up.
Viết chữ ケ bên phải.
Phía dưới hắt lên.
Tulis ケ di sebelah kanan.
Pantulkan bagian bawah.

ノ	ト	ケ	ゲ	竹	竹

竹	竹				

竹 竹
M　　G

しな　ヒン

しなもの
品物
merchandise, goods / hàng hóa / barang

け しょうひん
化粧品
cosmetics / mỹ phẩm / kosmetik

● 「口」を3つ書きます。

Write 3 口.
Viết 3 chữ 口.
Tulis 3 buah 口.

＊ うえ 上の 「口」が少しだけ
おお 大きいです。

The upper 口 is slightly larger.
Chữ 口 ở trên hơi to một chút.
口 di atas sedikit lebih besar.

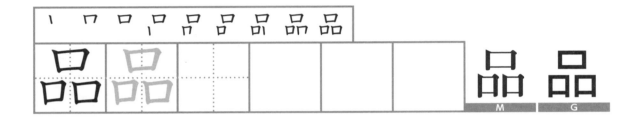

● たて せん 線から か 書きます。

Start with the vertical stroke.
Viết nét dọc trước.
Tulis dari garis tegak.

● 「人」を上下に2つ書きます。

Write 2 人, one over the other.
Viết 2 chữ 人 ở trên và dưới.
Tulis 2 buah 人 di atas dan bawah.

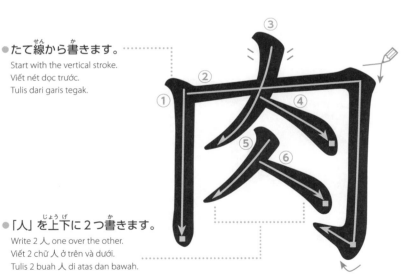

にく

ぎゅうにく
牛肉
beef / thịt bò / daging sapi

ぶたにく
豚肉
pork / thịt lợn / daging babi

とりにく
鶏肉
chicken (to eat) / thịt gà / daging ayam

点がある漢字

Kanji with dots
Những chữ Hán có nét chấm
Kanji dengan titik

■ 左と右、上と下に点や短い線があるとき、2つを続けて書きます。「左→右」「上→下」の順に書きます。

Dots or short strokes that mirror each other or are vertically aligned are drawn in succession. Draw left to right and top to bottom, respectively.

Khi có nét chấm và nét ngắn ở bên trái và bên phải, trên và dưới, cần viết liên tục 2 nét đó. Viết theo thứ tự "từ trái sang phải", "từ trên xuống dưới".

Jika ada titik atau garis pendek di kiri dan kanan atau atas dan bawah, tulis 2 buah berurutan. Tulis dengan urutan "dari kiri ke kanan" dan "dari atas ke bawah".

ちいさい（小さい）
ショウ

小学生
elementary school pupil /
học sinh tiểu học / murid SD

● たて線から書きます。

Start with the vertical stroke.
Viết nét dọc trước.
Tulis dari garis tegak.

● 左と右に点を書きます。
小さな「ハ」の形です。

Draw dots on the left then right in the form of a small ハ.

Viết nét chấm bên trái và bên phải. Ta được hình chữ ハ nhỏ.

Tulis titik di kiri dan kanan. Bentuknya ハ kecil.

亅	刂	小			
小	小				

小 小
M G

火

● 左<small>ひだり</small>と右<small>みぎ</small>に点<small>てん</small>を書<small>か</small>きます。

Draw dots on the left then right.
Viết nét chấm bên trái và bên phải.
Tulis titik di kiri dan kanan.

● 真<small>ま</small>ん中<small>なか</small>に「人」を書<small>か</small>きます。

Write 人 in the center.
Viết chữ 人 ở chính giữa.
Tulis 人 di tengah.

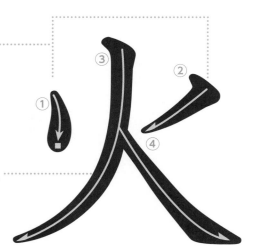

ひ・び　カ

花火<small>はなび</small>
fireworks / pháo hoa / kembang api

火曜日<small>かようび</small>
Tuesday / thứ ba / Selasa

`丶 丶 ′ 少 火`

火	火					

火 火
M　　　G

冬

● 「夕」を書<small>か</small>いて、
最後<small>さいご</small>のななめの線<small>せん</small>を
長<small>なが</small>くのばします。

Write 夕 and extend the final diagonal stroke.
Viết chữ 夕, kéo dài nét xiên cuối cùng.
Tulis 夕, lalu panjangkan garis miring terakhir.

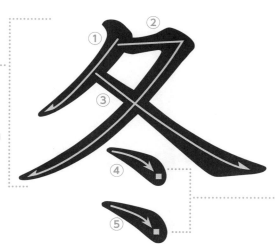

ふゆ　トウ

冬服<small>ふゆふく</small>
winter clothes / quần áo mùa đông / pakaian musim dingin

初冬<small>しょとう</small>
early winter / đầu mùa đông / awal musim dingin

● 下<small>した</small>に点<small>てん</small>を2つ書<small>か</small>きます。

Draw 2 dots below.
Viết 2 nét chấm ở dưới.
Tulis 2 titik di bawah.

`ノ ク 冬 冬 冬`

冬	冬					

冬 冬
M　　　G

56

● 「く」を書きます。
Write く.
Viết chữ く.
Tulis く.

● 点を四角の中に書きます。
Draw the dots in the middle of the rectangle.
Viết nét chấm bên trong hình tứ giác.
Tulis titik di dalam kotak.

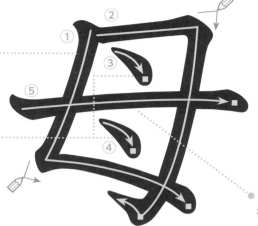

● おかあさん（お母さん）
はは　ボ

母親・お母さん
mother, mom / mẹ / ibu

父母
parents (father and mother) / bố mẹ / ayah

● 2つの点の真ん中によこ線を書きます。
Draw the horizontal stroke between the 2 dots.
Viết nét ngang ở chính giữa 2 nét chấm.
Tulis garis mendatar di tengah 2 titik.

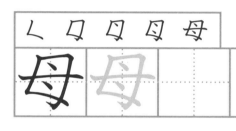

母　母
M　　G

● 上のよこ線から書きます。
Start with the upper horizontal stroke.
Viết nét ngang bên trên trước.
Tulis dari garis mendatar di atas.

● よこ線の真ん中から、たて線を書きます。
Draw the vertical stroke from the center of the horizontal stroke.
Viết nét dọc từ chính giữa của nét ngang.
Tulis garis tegak dari tengah garis mendatar.

● 左から2つの点を書きます。
Draw the 2 dots on the left.
Viết 2 nét chấm từ bên trái.
Tulis 2 titik dari sebelah kiri.

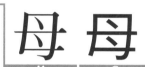

● あめ　ウ

大雨
heavy rain / mưa to / hujan deras

豪雨
torrential rain / mưa rào / hujan lebat

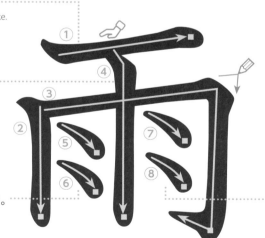

● 右の2つの点を書きます。
Draw the 2 dots on the right.
Viết 2 nét chấm bên phải.
Tulis 2 titik di sebelah kanan.

雨　雨
M　　G

下に点がある漢字

した　　てん　　　　　　かんじ

Kanji with dots on the bottom
Những chữ Hán có nét chấm ở dưới
Kanji dengan titik di bawah

■ 下に 4 つの点がある漢字は、上の部分を
書いてから点を書きます。点は左から書
きます。いちばん左の点だけ、左ななめ
に書きます。

When there are 4 dots on the bottom, write the upper
parts before the dots. Dots are written left to right. The dot
furthest left is written right to left.

Những chữ Hán có 4 nét chấm ở dưới thì cần viết phần
trên trước rồi viết nét chấm sau. Nét chấm thì viết từ bên
trái trước. Nét chấm ngoài cùng bên trái viết nghiêng sang
trái.

Untuk kanji dengan 4 titik di bawah, setelah menulis
bagian atas, tulis titik. Tulis titik dari sebelah kiri. Tulis miring
ke kiri bawah hanya untuk titik paling kiri.

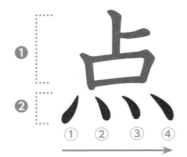

❶
❷

① ② ③ ④

● 「卜」を書きます。

Write 卜.
Viết chữ 卜.
Tulis 卜.

● よこに長い「口」を書きます。

Write a wide 口.
Viết chữ 口 bẹt theo chiều ngang.
Tulis 口 panjang rebah.

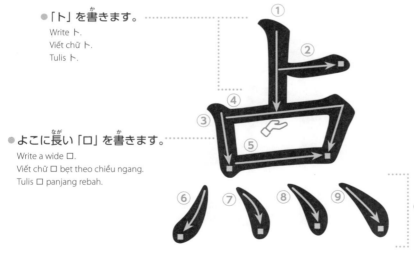

テン

点数
てんすう

mark, score, points / điểm số / skor

100点
てん

100 points / 100 điểm / 100 poin

● 点を 4 つ書きます。
てん　　　か

Draw 4 dots.
Viết 4 nét chấm.
Tulis 4 titik.

| | ` | ト | 卜 | 占 | 占 | 卢 | 点 | 点 | 点 |

点　点
M　G

58

● 「ノ」のよこに「ニ」を
書きます。

Write ノ with ニ beside it.
Viết chữ ニ ở bên cạnh chữ ノ.
Tulis ニ di samping ノ.

ム　ブ

無料
free of charge / miễn phí / gratis

無事
safe / an toàn / selamat

● たて線を4本書き、
下によこ線を書きます。

Draw 4 vertical strokes and a
horizontal stroke under them.
Viết 4 nét dọc, rồi viết nét ngang
ở dưới.
Setelah menulis 4 garis tegak,
tulis garis mendatar di bawah.

● 点を4つ書きます。

Draw 4 dots.
Viết 4 nét chấm.
Tulis 4 titik.

ノ　ビ　ニ　午　伝　毎　無　無　無　無　無

無 無
M　G

● 「ク」を書いて
「ヨ」を書きます。

Write ク, then ヨ.
Viết chữ ク, rồi viết chữ ヨ.
Tulis ク, lalu tulis ヨ.

いそぐ（急ぐ）　キュウ

急行
express (train) / tốc hành / cepat, kilat

救急車
ambulance / xe cấp cứu / ambulans

● 左に点を書きます。
右に長くななめの線を
書きます。
最後は少しはねます。

Draw a dot on the left. Draw a long
diagonal stroke from left to right that
finishes with a small flick.
Viết nét chấm ở bên trái. Viết nét xiên
dài về bên phải. Ở cuối hơi hất lên.
Tulis titik di sebelah kiri. Tulis garis
miring lebih panjang ke kanan.
Terakhir, pantulkan sedikit.

● 上に点を2つ書きます。

Draw 2 dots above.
Viết 2 nét chấm ở trên.
Tulis 2 titik di atas.

※ 「心」は「心」という漢字です。

心 is the kanji 心 (heart).
心 là chữ Hán 心 (TÂM: trái tim).
心 adalah kanji 心 (hati).

ノ　ク　ク　乌　乌　乌　急　急　急

急 急
M　G

59

「足」がある漢字

Kanji with "legs"
Những chữ Hán có "chân"
Kanji dengan "kaki"

■ 左側は「ノ」です。右側は上に少しはねます。
カタカナの「ル」に似ています。
「足」のように見えます。「ひとあし」といいます。

The left side is ノ. The right side flicks up a little. It is similar to the katakana ル and looks like legs. This is called *hitoashi* (human legs).

Bên trái là chữ ノ. Bên phải hơi hất lên trên. Giống chữ ル trong katakana. Nhìn giống như "chân". Ta gọi là *hitoashi* (chân người).

Bagian kirinya adalah ノ. Pantulkan sedikit bagian kanan ke atas. Bentuknya mirip katakana ル. Terlihat seperti "kaki". Jenis ini disebut *hitoashi* (kaki manusia).

みる（見る）　ケン

見学
tour / thăm quan / tur, darmawisata

● 「目」を書きます。
Write 目.
Viết chữ 目.
Tulis 目.

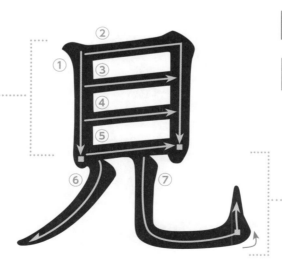

● 「ひとあし」を書きます。
Write *hitoashi*.
Viết *hitoashi*.
Tulis *hitoashi*.

一 ｜ 冂 冃 月 目 貝 見

見　見

見　見
M　G

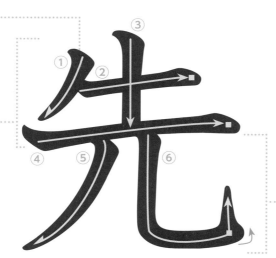

● 短いななめの線（ノ）を
　書きます。

Draw a short diagonal stroke (ノ).
Viết nét xiên ngắn ノ.
Tulis garis miring pendek (ノ).

● 「土」を書きます。

Write 土.
Viết chữ 土.
Tulis 土.

さき　セン

宛先
address / địa chỉ nhận /
alamat tujuan, penerima

先生
teacher, honorific for professional or
person of authority / giáo viên / guru

● 「ひとあし」を書きます。

Write hitoashi.
Viết hitoashi.
Tulis hitoashi.

ノ	乞	生	生	牛	先

先	先				

先 先
M　G

● 上のよこ線から書きます。

Start with the upper horizontal
stroke.
Viết nét ngang bên trên trước.
Tulis dari garis mendatar di atas.

● 左のたて線を書いて
　よこ線を書きます。

Draw the left vertical stroke, then
the horizontal stroke.
Viết nét dọc bên trái, rối viết nét
ngang.
Tulis garis tegak di sebelah kiri, lalu
tulis garis mendatar.

にし　セイ　サイ

西日
afternoon sun / mặt trời đẳng tây /
sinar matahari sore

関西
Kansai (region) / Kansai (địa danh) /
Kansai (nama tempat)

● 「ひとあし」を書きます。

Write hitoashi.
Viết hitoashi.
Tulis hitoashi.

● 最後に下のよこ線を書きます。

Finish with the lower horizontal stroke.
Cuối cùng viết nét ngang bên dưới.
Terakhir, tulis garis mendatar di bawah.

一	厂	冂	西	西	西

西	西				

西 西
M　G

四角い漢字

Rectangular kanji
Những chữ Hán hình vuông
Kanji berbentuk kotak

■ 四角い漢字は、外側から書きます。

Start rectangular kanji with the outside strokes.
Những chữ Hán hình vuông ta viết từ ngoài vào.
Kanji berbentuk kotak ditulis dari sisi luarnya.

■ 下の線は、中を書いてから最後に閉じます。

The closing stroke at the bottom is drawn after the inside is complete.
Nét bên dưới thì đóng lại cuối cùng, sau khi đã viết nét bên trong.
Tutup garis di bawah terakhir kali setelah menulis bagian tengahnya.

● 大きな「口」を書きます。下のよこ線は書きません。

Write a large 口. Do not draw the lower horizontal stroke.
Viết chữ 口 lớn. Không viết nét ngang bên dưới.
Tulis 口 besar. Tidak perlu menulis garis mendatar di bawah.

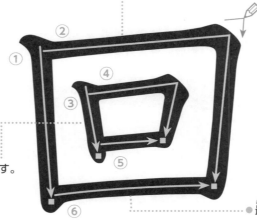

● 中に小さな「口」を書きます。

Write a small 口 inside.
Viết chữ 口 nhỏ bên trong.
Tulis 口 kecil di dalamnya.

まわる（回る）　カイ

一回
one time / 1 lần / 1 kali

回転
turn, rotation / vòng xoay / putaran

● 最後に大きな「口」の下の線を書きます。

Finish with the lower horizontal stroke to close the larger 口.
Cuối cùng viết nét dưới của chữ 口 lớn.
Terakhir, tulis garis bawah bagian dari 口 besar.

M

G

● たて線から書きます。

Start with the vertical stroke.
Viết nét dọc trước.
Tulis dari garis tegak.

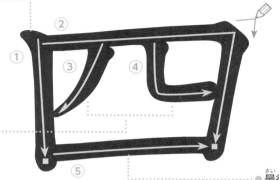

四季
four seasons / bốn mùa / empat musim

四角
rectangle / tứ giác / kotak

● 中に「ひとあし」(p.60)を
書きます。

Write hitoashi (p.60) inside.
Viết hitoashi bên trong (p.60).
Tulis hitoashi (hlm. 60) di dalamnya.

● 最後に下のよこ線を書きます。

Finish with the lower horizontal stroke.
Cuối cùng viết nét ngang bên dưới.
Terakhir, tulis garis mendatar di bawah.

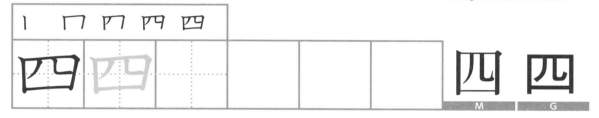

四 四
M　G

● たて線から書きます。

Start with the vertical stroke.
Viết nét dọc trước.
Tulis dari garis tegak.

国籍
citizenship / quốc tịch / kewarganegaraan

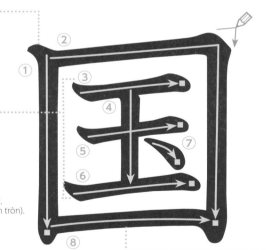

● 中に「王」を書きます。
右下に点を書きます。
「玉」という漢字です。

Write 王 inside.
Draw a dot in the lower right.
This kanji is 玉 (ball, gem).

Viết chữ 王 bên trong.
Viết nét chấm ở bên phải phía dưới.
Ta được chữ 玉 (NGỌC: đá quý, hình tròn).

Tulis 王 di dalamnya.
Tulis titik di kanan bawah.
Ini adalah kanji 玉 (bola, permata).

● 最後に下のよこ線を書きます。

Finish with the lower horizontal stroke.
Cuối cùng viết nét ngang bên dưới.
Terakhir, tulis garis mendatar di bawah.

国 国
M　G

囲む漢字

Surrounding kanji

Những chữ Hán có viền bao

Kanji yang mengelilingi

■ 必ず①左のたて線、②よこ線の順に書きます。右上の角でペンをはなしません。

The order is always ① the left vertical stroke followed by ② the horizontal stroke. Do not lift the pen at the top right corner.

Nhất thiết phải viết theo thứ tự: ① nét dọc bên trái ② nét ngang. Viết liền nét ở góc trên bên phải.

Urutan penulisan harus sebagai berikut: ① garis tegak di sebelah kiri, lalu ② garis mendatar. Jangan mengangkat pulpen pada sudut di kanan atas.

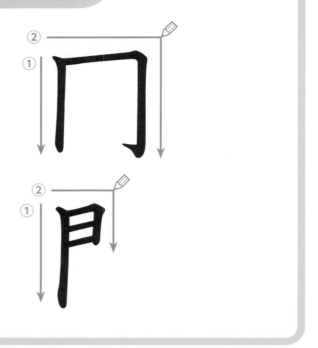

● たて線から書きます。

Start with the vertical stroke.

Viết nét dọc trước.

Tulis dari garis tegak.

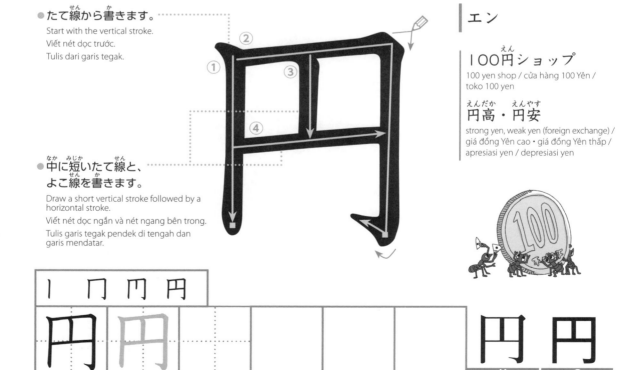

● 中に短いたて線と、よこ線を書きます。

Draw a short vertical stroke followed by a horizontal stroke.

Viết nét dọc ngắn và nét ngang bên trong.

Tulis garis tegak pendek di tengah dan garis mendatar.

エン

100円ショップ

100 yen shop / cửa hàng 100 Yên / toko 100 yen

円高・円安

strong yen, weak yen (foreign exchange) / giá đồng Yên cao・giá đồng Yên thấp / apresiasi yen / depresiasi yen

丨	冂	冂	円

M　G

● 左のたて線が長い「日」を
書きます。
Write 日 with a long left vertical stroke.
Viết chữ 日 có nét dọc bên trái dài hẳn ra.
Tulis 日 dengan garis tegak di sebelah kiri lebih panjang.

● 中に「日」を書きます。
Insert 日 inside.
Viết chữ 日 ở bên trong.
Tulis 日 di dalamnya.

あいだ カン マ

時間
じかん
time / thời gian / jam

昼間
ひるま
daytime / ban ngày / siang hari

● 右のたて線が長い「日」を書き
ます。「門」という漢字です。
みぎ せん なが か
もん かんじ
Write 日 with a long right vertical stroke. This kanji is 門 (gate).
Viết chữ 日 có nét dọc bên phải dài hẳn ra. Ta được chữ 門 (MÔN: cửa, cổng).
Tulis 日 dengan garis tegak di sebelah kanan lebih panjang. Ini adalah kanji 門 (gerbang).

丨	冂	冂	冃	冃	冃	門	門	門	門	閂	閂	間
間	間					

間 間
M G

● 上と同じように
「門」を書きます。
うえ おな
As with 間, first write 門.
Viết chữ 門 giống bên trên.
Tulis 門 sama dengan bagian atas.

● 「二」を書きます。
か
Write 二.
Viết chữ 二.
Tulis 二.

ひらく・びらく（開く）
カイ

海開き
うみびら
first day of official beach season / mở cửa bãi tắm biển / awal musim mandi di laut

開始
かいし
start / bắt đầu / mulai

● たて線を2本書きます。
左の線は、下を少し曲げます。
せん ほん か
ひだり せん した すこ ま
Draw two vertical strokes. Curve the left stroke a little to the left.
Viết 2 nét dọc. Nét dọc bên trái hơi uốn ở phía dưới.
Tulis 2 garis tegak. Lengkungkan sedikit ke bawah garis di sebelah kiri.

丨	冂	冂	冃	冃	冃	門	門	門	閂	開	開
開	開					

開 開
M G

● 上のよこ線から書きます。
Start with the upper horizontal stroke.
Viết nét ngang bên trên trước.
Tulis dari garis mendatar di atas.

● 「ノ」、「二」、「人」を書きます。
Write ノ, 二, 人.
Viết các chữ ノ, 二, 人.
Tulis ノ, 二, dan 人.

● 最後に書きます。
Finish with this stroke.
Viết cuối cùng.
Tulis bagian ini terakhir.

イ

医者
doctor / bác sỹ / dokter

医院
clinic / phòng khám / klinik

※「矢」という漢字です。
This kanji is 矢 (arrow).
Ta được chữ Hán 矢 (THỈ: cung tên).
Ini adalah kanji 矢 (anak panah).

れんしゅう Practice / luyện tập / Latihan

「屋根」がある漢字

Kanji with "roofs"
Những chữ Hán có "mái nhà"
Kanji dengan "atap"

■ 屋根がある漢字は、はじめに屋根を書いてから、下を書きます。

When there is a roof, write the roof first.

Những chữ Hán có mái nhà thì viết mái nhà trước, rồi viết các nét bên dưới sau.

Untuk kanji yang memiliki atap, pertama-tama tulis atap, lalu tulis bagian bawahnya.

■ いろいろな形の屋根があります。

There are roofs of many shapes.

Có nhiều hình dạng mái nhà khác nhau.

Ada berbagai bentuk atap.

■ 屋根を書くときは、はじめに左の線を書きます。

When writing a roof, start with the left stroke.

Khi viết mái nhà, đầu tiên viết nét bên trái trước.

Ketika menulis atap, pertama-tama tulis garis di sebelah kiri.

■ 屋根の上に点があるときは、はじめに点を書きます。

If there are dots on the roof, start with the dots.

Khi có nét chấm bên trên mái nhà, thì viết nét chấm đầu tiên.

Jika ada titik di atas atap, pertama-tama tulis titik tersebut.

● 2つのななめの線で「屋根」を書きます。

Draw two diagonal strokes to form the roof.

Viết "mái nhà" bằng 2 nét xiên.

Tulis "atap" di 2 garis miring.

● 「二」を書いて、たて線を書きます。

Write 二 then a vertical stroke.

Viết chữ 二, rồi viết nét dọc.

Tulis 二, lalu tulis garis tegak.

かね　キン

お金
money / tiền / uang

きんようび
金曜日
Friday / thứ sáu / Jumat

● 点を2つ書いて、最後に下のよこ線を書きます。

Draw two dots and finish with the lower horizontal stroke.

Viết 2 nét chấm, rồi viết nét ngang bên dưới sau cùng.

Tulis 2 titik, dan terakhir, tulis garis mendatar di bawah.

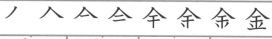

ノ　人　人　今　全　全　金　金

M　G

67

● よこ線を書いてから、
　短いたて線を2本書きます。

Draw a horizontal stroke followed
by two short vertical strokes.
Viết nét ngang, rồi viết 2 nét dọc
ngắn.
Setelah menulis garis mendatar,
tulis 2 garis tegak pendek.

●「金」(p.67) と同じ形の
「屋根」を書きます。

Write the same roof as 金 (p.67).
Viết "mái nhà" có hình giống chữ
金 (p.67).
Tulis 金 (hlm. 67) dan "atap" yang
sama.

| チャ

こうちゃ
紅茶
black tea / hồng trà / teh hitam

りょくちゃ
緑茶
green tea / trà xanh / teh hijau

まっちゃ
抹茶
matcha tea, powdered green tea /
trà dạng bột / teh matcha

●「ホ」を書きます。

Write ホ.
Viết chữ ホ.
Tulis ホ.

一 十 サ サ 艾 茶 茶 茶 茶

茶 茶

茶 茶
M　G

● 「屋根」 は鍋のふたの
　ような形です。

The roof is shaped like a pot lid.
"Mái nhà" có hình dạng giống
như cái vung nồi.
Bentuk "atap"-nya seperti tutup
panci.

● よこに長い 「口」 を
　書きます。

Write a wide 口.
Viết chữ 口 bẹt theo chiều ngang.
Tulis 口 panjang rebah.

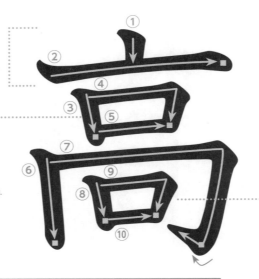

| たかい （高い）　コウ

こうこう
高校
high school / trường cấp 3 / SMA

こうきゅう
高級
high grade, high-end, high quality /
cao cấp / kelas atas, eksklusif

● 中にもう一つ 「口」 を書き
　ます。

Write another 口 inside.
Viết thêm một chữ 口 ở bên trong.
Tulis 口 satu lagi di dalamnya.

亠 ナ 广 亡 古 户 高 高 高 高

高 高

高 高
M　G

● 「屋根」を書きます。
「ウ」と同じ書き方です。

Write the roof. It is written the same as ウ.

Viết "mái nhà". Cách viết giống cách viết chữ ウ.

Tulis "atap". Cara menulisnya sama dengan ウ.

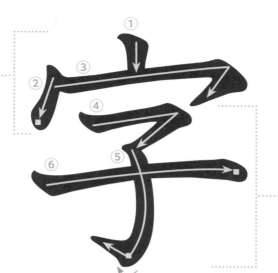

ジ

漢字
kanji / chữ Hán / kanji

文字
character / chữ cái / huruf

● 「子」(p.43)を書きます。

Write 子 (p.43).

Viết chữ 子 (p.43).

Tulis 子 (hlm. 43).

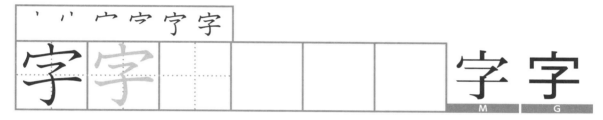

丶 丷 宀 字 宁 字

字 字

字 字
M　G

● 3つの点は「ツ」と同じです。
左から書きます。

The three dots are the same as ツ.
Start with the dot on the left.

3 nét chấm giống chữ ツ.
Viết từ trái sang.

3 titik ini sama dengan ツ.
Tulis dari sebelah kiri.

まなぶ（学ぶ）
ガク・ガッ

学校
school / trường học / sekolah

大学
university, college / đại học / universitas

● 「子」(p.43)を書きます。

Write 子 (p.43).

Viết chữ 子 (p.43).

Tulis 子 (hlm. 43).

丶 丷 ヅ ヅ 兴 学 学 学

学 学

学 学
M　G

左がたれる漢字

Kanji draped on the left

Những chữ Hán có bên trái võng

Kanji dengan sisi kiri menjuntai

■「屋根」(p.67) の左にたれる線がある字は、上の屋根を書いてから、左の線を書きます。たれる線は、カタカナの「ノ」のように書きます。

When a character has a drape from the left side of the roof (p.67), write the roof first then the left stroke. The draping stroke is written like the katakana ノ.

Những chữ có nét võng bên trái "mái nhà" (p.67) thì phải viết mái nhà ở trên trước, rồi viết nét bên trái. Nét võng viết giống như chữ ノ trong katakana.

Untuk kanji dengan garis menjuntai di sebelah kiri "atap" (hlm. 67), tulis dari atap di atas, lalu garis di sebelah kiri. Garis menjuntai ditulis seperti katakana ノ.

●「屋根」を書いてから、左に「ノ」を書きます。

Write the roof and then ノ on the left.

Viết chữ "mái nhà", sau đó viết chữ ノ bên trái.

Setelah menulis "atap", tulis ノ di sebelah kiri.

みせ　テン

売店
ばいてん
shop, kiosk / cửa hàng bán sản phẩm / kios

開店・閉店
かいてん　へいてん
open, closed (store) / mở cửa hàng・đóng cửa hàng / membuka / menutup (toko)

●「卜」を書きます。

Write 卜.

Viết chữ 卜.

Tulis 卜.

●少しよこに長い「口」を書きます。

Write a slightly wider 口.

Viết chữ 口 hơi bẹt theo chiều ngang.

Tulis 口 panjang agak rebah.

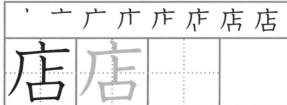

店　店

M　G

70

● 「屋根」を書いてから、
　左に「ノ」を書きます。

Write the roof and then ノ on
the left.

Viết "mái nhà", sau đó viết chữ
ノ bên trái.

Setelah menulis "atap", tulis ノ
di sebelah kiri.

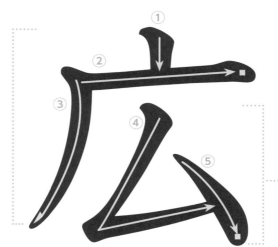

ひろい（広い）　コウ

広場
square (open space) / quảng trường /
lapangan, alun-alun

広告
advertisement / quảng cáo / iklan

● 「ム」を書きます。

Write ム.
Viết chữ ム.
Tulis ム.

`丶　亠　广　広　広`

広　広

広　広

M　G

● 「屋根」を「店」(p.70)と
　同じように書きます。

Write the roof in the same way
as 店 (p.70).

Viết "mái nhà" giống như chữ
店 (p.70).

Tulis "atap" agar sama dengan
店 (hlm. 70).

● 「ン」を書きます。

Write ン.
Viết chữ ン.
Tulis ン.

ビョウ

病気
sickness, disease / bệnh, ốm / penyakit

病院
hospital / bệnh viện / rumah sakit

● 最後に「人」を書きます。

Finish with 人.
Cuối cùng viết chữ 人.
Terakhir, tulis 人.

`丶　亠　广　广　疒　疒　疒　病　病　病`

病　病

病　病

M　G

のばす漢字

Extended kanji
Những chữ Hán có nét kéo dài
Kanji yang dipanjangkan

■ 左のパーツの線が、右のパーツの
下にのびている漢字は、最初に右
のパーツを書きます。

When the stroke of the left part extends below
the right part, write the right part first.

Những chữ Hán có nét thuộc bộ phận bên trái
kéo dài xuống dưới của bộ phận bên phải,
thì phải viết bộ phận bên phải trước.

Untuk kanji yang garis pada elemen kirinya
memanjang ke bawah elemen kanan,
tulis elemen kanan terlebih dahulu.

■ 下にのばす線(赤字)を書く前に、
一度ペンをはなします。

The pen is lifted before drawing the extended
stroke (in red).

Trước khi viết nét kéo dài xuống dưới,
dừng bút 1 lần.

Sebelum menulis garis memanjang di bawah
(warna merah), angkat pulpen sebentar.

● 点を書きます。下に、
曲がったたて線を
書きます。

Draw a dot. Under it, draw a
squiggled vertical stroke.

Viết nét chấm. Ở dưới viết nét
dọc uốn cong.

Tulis titik. Tulis garis tegak yang
melengkung di bawahnya.

● 一度ペンをはなし、
下のななめの線を
のばします。

Lift the pen, then extend the
diagonal stroke below.

Dừng bút 1 lần, rồi kéo dài nét
xiên bên dưới.

Angkat pulpen sebentar, lalu
panjangkan garis miring di bawah.

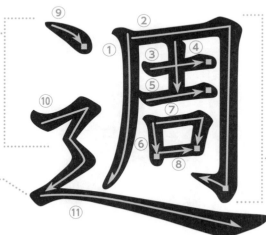

| シュウ

一週間
one week / 1 tuần / seminggu

週休
number of days off in a week / ngày nghỉ
hàng tuần / libur dalam seminggu

● 「周」を書きます。
中は「土」と「口」です。

Write 周. The parts inside are 土 and 口.
Viết chữ 周. Ở bên trong là chữ 土 và chữ 口.
Tulis 周. Di dalamnya terdapat 土 dan 口.

丿 冂 月 冃 用 用 周 周 ⸍周 调 週

週　週
M　G

● 点を書きます。
下に、曲がったたて線を
書きます。

Draw a dot. Under it, draw a squiggled vertical stroke.

Viết nét chấm. Ở dưới viết nét dọc uốn cong.

Tulis titik. Tulis garis tegak yang melengkung di bawahnya.

● 一度ペンをはなし、
下のななめの線を
のばします。

Lift the pen, then extend the diagonal stroke below.

Dừng bút 1 lần, rồi kéo dài nét xiên bên dưới.

Angkat pulpen sebentar, lalu panjangkan garis miring di bawah.

みち　ドウ

近道

short cut / đường tắt / jalan pintas

国道

national road / quốc lộ / jalan nasional

● 2つの点の下によこ線、
その下に点と「目」を書きます。
「首」という漢字です。

Draw a horizontal stroke under 2 dots, then a dot and 目 underneath. This kanji is 首 (neck).

Viết nét ngang bên dưới 2 nét chấm, rồi bên dưới đó viết nét chấm và chữ 目. Ta được chữ Hán 首 (THỦ: đầu, cổ).

Tulis garis mendatar di bawah 2 titik, lalu tulis titik dan 目 di bawahnya. Ini adalah kanji 首 (leher, kepala).

丶	⺌	⺍	丷	产	肖	首	首	首	首	道	道

道	道				

道 道
M　G

● 「フ」を上下に2つ
書きます。

Write 2 フ, one over the other.

Viết 2 chữ フ ở trên và dưới.

Tulis 2 buah フ di atas dan bawah.

● 下の「フ」から
ななめの線をのばします。

Extend a diagonal stroke from the lower フ.

Kéo dài nét xiên từ chữ フ bên dưới.

Panjangkan garis miring dari フ di bawah.

たてる（建てる）　たて
ケン

建物

building / tòa nhà / bangunan

建築

architecture, construction / kiến trúc / konstruksi

● 「ヨ」に似た形と
「二」を書いてから、
真ん中にたて線を書きます。

Write a shape similar to ヨ then 二, then draw a vertical stroke down the center.

Viết hình giống chữ ヨ, và viết chữ 二. Sau đó viết nét dọc ở chính giữa.

Tulis bentuk mirip ヨ dan 二, lalu tulis garis tegak di tengah.

フ	ヲ	ヨ	ヨ	⺕	聿	建	建	建

建	建				

建 建
M　G

下の漢字と同じパーツを使っている漢字を [　　　] の中から探してください。

Find the kanji in the box that use the same parts as the kanji below.
Hãy tìm trong [　] những chữ Hán có bộ phận giống với các chữ Hán sau.
Carilah kanji yang menggunakan elemen yang sama dengan kanji di bawah dari [　].

① 茶　② 字　③ 竹　④ 雨　⑤ 店　⑥ 病

⑦ 国　⑧ 点　⑨ 急　⑩ 週　⑪ 建

魚	近	菜	症	箱	雲
府	園	家	意	延	

● ANSWER → p.89

魚	さかな / ギョ	魚屋 (さかなや)	fish store, fishmonger / cửa hàng cá / pedagang ikan	府 フ	大阪府 (おおさかふ)(地名 ちめい)	Osaka Prefecture (place) / phủ Osaka (địa danh) / Prefektur Osaka (nama tempat)
		金魚 (きんぎょ)	goldfish / cá vàng / ikan mas koki		京都府 (きょうとふ)(地名 ちめい)	Kyoto Prefecture (place) / phủ Kyoto (địa danh) / Prefektur Kyoto (nama tempat)
近	ちかい (近い) / キン	近道 (ちかみち)	short cut / đường tắt / jalan pintas	園 その / エン	公園 (こうえん)	park / công viên / taman
		近所 (きんじょ)	neighborhood / hàng xóm / tetangga		動物園 (どうぶつえん)	zoo / sở thú / kebun binatang
菜	な / サイ	菜の花 (なのはな)	field mustard / chồi non của cây cải dầu / Brassica napus	家 いえ / カ	家族 (かぞく)	family / gia đình / keluarga
		白菜 (はくさい)	Chinese cabbage / cải thảo / sawi putih			
症 ショウ		症状 (しょうじょう)	symptom (of disease), indication / triệu chứng / gejala	意 イ	意味 (いみ)	meaning / ý nghĩa / arti
					意見 (いけん)	opinion / ý kiến / pendapat
箱	はこ / ばこ	筆箱 (ふでばこ)	pencil case / hộp bút / kotak pensil	延 エン	延期 (えんき)	postponement / hoãn / penundaan
		箱根 (はこね)(地名 ちめい)	Hakone (place) / Hakone (địa danh) / Hakone (nama tempat)		延長 (えんちょう)	extension / kéo dài, gia hạn / perpanjangan
雲	くも / ぐも / ウン	雨雲 (あまぐも)	rain cloud / mây mưa / awan hujan			

3

パーツの組み合わせを考えて覚えよう

Memorize combinations of parts
Hãy ghi nhớ bằng việc nghĩ về kết hợp của các bộ phận
Menghafal dengan Memikirkan Kombinasi Elemen-elemen

複雑な漢字は、一度に全体を覚えることができません。パーツにわけて覚えましょう。パーツにわけて見ることができるようになれば、スマートフォンやパソコンで漢字を選んで書くことが簡単にできるようになります。

It is difficult to memorize everything in a complicated kanji in one try, so break them down into parts. Once you can see them as individual parts you will be able to select the correct kanji easily on your smartphone or computer.

Những chữ Hán phức tạp thì chúng ta không thể nhớ hết trong một lần được. Vậy thì hãy chia ra thành các bộ phận để ghi nhớ. Nếu có thể chia chữ Hán ra thành các bộ phận thì các bạn sẽ dễ dàng lựa chọn được chữ Hán để soạn văn bản trên điện thoại thông minh và máy vi tính.

Anda tidak akan mampu menghafal keseluruhan kanji yang rumit sekaligus. Silakan menghafal dengan membagi kanji menjadi elemen-elemen. Jika Anda telah mampu mengenali kanji dengan membaginya menjadi beberapa elemen, Anda akan dengan mudah memilih dan menulis kanji di ponsel cerdas atau komputer.

左右にわけて覚えよう（「へん」と「つくり」）

Memorize the left and right separately (*hen* and *tsukuri*)
Hãy ghi nhớ bằng cách chia theo trái phải (*hen* và *tsukuri*)
Menghafal dengan membagi bagian kiri dan kanan (*hen* dan *tsukuri*)

■ 漢字が左と右にわかれているときは、左側を全部書いてから、右側を書きます。

When there are right and left sides, write the left side completely before starting the right.

Khi chữ Hán chia ra làm 2 vế trái phải, thì viết toàn bộ vế trái trước rồi viết vế phải sau.

Untuk kanji yang terbagi kiri dan kanan, pertama-tama tulis semua bagian kiri, lalu tulis bagian kanan.

※「へん」と「つくり」
左と右のパーツからできている漢字は、とても多いです。
左側を「へん」、右側を「つくり」といいます。

Hen* and *tsukuri
There are many kanji comprised of left and right parts. The left is called *hen* and the right is called *tsukuri*.

Hen* và *tsukuri
Có rất nhiều chữ Hán được hình thành từ các bộ phận bên trái và bên phải. Vế bên trái gọi là *hen*, vế bên phải gọi là *tsukuri*.

Hen* dan *tsukuri
Banyak sekali kanji yang terdiri dari elemen kiri dan kanan. Bagian kiri disebut *hen*, dan bagian kanan disebut *tsukuri*.

❶ ❷

● 点の下に短いよこ線を3本書きます。
その下に「口」を書きます。
「言う」という漢字です。

Draw 3 short horizontal strokes under the dot. Write 口 under that. This kanji is 言う (to say, to tell).

Viết 3 nét ngang ngắn ở dưới nét chấm. Viết chữ 口 ở bên dưới. Ta được chữ Hán 言う (NGÔN: nói).

Tulis 3 garis mendatar pendek di bawah titik. Tulis 口 di bawahnya. Ini adalah kanji 言う (berbicara, mengatakan).

はなし・ばなし
はなす（話す）　ワ

昔話
old tale / chuyện cổ tích / dongeng, cerita kuno

電話
telephone / điện thoại / telepon

● 「千」(p.38) の下に「口」を書きます。「舌」という漢字です。

Write 千 (p.38) and 口 below it. This kanji is 舌 (tongue).

Viết chữ 口 ở dưới chữ 千 (p.38). Ta được chữ Hán 舌 (THIỆT: lưỡi).

Tulis 口 di bawah 千 (hlm. 38). Ini adalah kanji 舌 (lidah).

丶 二 二 言 言 言 言 言 訁 訁 話 話

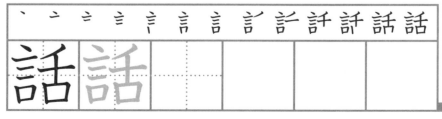

話 話

M　　G

給 — キュウ

● 「く」と「ム」を書きます。
少したてに長い「小」を
書きます。
「糸」という漢字です。

Write く, then ム. Write a slightly
longer 小. This kanji is 糸 (thread).

Viết chữ く và chữ ム. Viết chữ 小
hơi dài theo chiều dọc. Ta được
chữ Hán 糸 (MỊCH: chỉ, tơ).

Tulis く dan ム. Tulis 小 panjang
agak ramping. Ini adalah kanji 糸
(benang).

給食
きゅうしょく
school lunch / bữa ăn học đường /
makan di sekolah, penyediaan makanan

給料
きゅうりょう
salary, remuneration / lương / gaji

● 「屋根」の下に「一」と「口」を書
きます。「合う」という漢字です。

Write 一 and 口 under the roof. This kanji
is 合う (to match, to fit).

Viết chữ 一 và 口 dưới "mái nhà". Ta được
chữ Hán 合う (HỢP: phù hợp, cùng nhau).

Tulis 一 dan 口 di bawah "atap". Ini adalah
kanji 合う (cocok, setara, serasi).

く	乡	ム	糸	糸	糸	糸	糸	糸	給	給

給	給						

給　給
M　G

料 — リョウ

● 左右に点を書いてから、
「木」を書きます。
「米」という漢字です。

Draw dots on the left and
right, then write 木. This kanji
is 米 (rice).

Sau khi viết nét chấm ở bên
trái và phải, viết chữ 木. Ta
được chữ Hán 米 (MỄ: gạo).

Setelah menulis titik di kiri dan
kanan, tulis 木. Ini adalah kanji
米 (beras).

料理
りょうり
cooking, cuisine / món ăn / masakan

材料
ざいりょう
ingredients, materials / nguyên liệu /
bahan, material

● 点を2つ書いて、少したてに
長い「十」を書きます。

Draw two dots and write a slightly
longer 十.

Viết 2 nét chấm, rồi viết chữ 十 hơi dài
theo chiều dọc.

Tulis 2 titik, lalu tulis 十 panjang agak
ramping.

丶	゛	ソ	半	米	米	米	米	料	料

料	料					

料　料
M　G

あき　シュウ

● 「千」(p.38) にななめの線
を 2 つ、つけます。
＊ 「私」(p.38) の左側と同じ
です。

Attach 2 diagonal strokes to 千
(p.38).
　＊This is the same as the left side
for 私 (p.38).

Viết thêm 2 nét xiên vào chữ 千
(p.38).
　＊Giống vế trái của chữ 私 (p.38).

Satukan 2 garis miring pada 千
(hlm. 38).
　＊Sama dengan bagian kiri 私
(hlm. 38).

秋田県（地名）
Akita Prefecture (place) / tỉnh Akita (địa
danh) / Prefektur Akita (nama tempat)

秋分の日
Autumnal Equinox Day (Japanese holiday) /
ngày thu phân / Hari Ekuinoks Musim Gugur
(hari libur nasional di Jepang)

● 「火」(p.56) を書きます。

Write 火 (p.56).
Viết chữ 火 (p. 56).
Tulis 火 (hlm. 56).

╱　二　千　千　禾　禾　禾ヽ　秒　秋

秋　秋　｜　｜　｜　｜

秋　秋
M　G

セイ

● 点を 2 つ書いて、
たて線を書きます。

Draw 2 dots and a vertical
stroke.

Viết 2 nét chấm, rồi viết nét
dọc.

Tulis 2 titik, lalu tulis garis
tegak.

性別
gender / giới tính / jenis kelamin

性格
personality, character / tính cách / sifat

● 「生」を書きます。

Write 生.
Viết chữ 生.
Tulis 生.

╱　ヽ　忄　忄　忄　忄　性　性

性　性　｜　｜　｜

性　性
M　G

78

上下にわけて覚えよう

Memorize the top and bottom separately
Hãy chia trên, dưới để ghi nhớ
Menghafal dengan membagi atas dan bawah

■ 上下にわかれている漢字は、
上を書いてから、下を書きます。

When the split is top and bottom, write the top before the bottom.

Những chữ Hán có các bộ phận ở trên và dưới thì sẽ viết bộ phận trên trước, dưới sau.

Untuk kanji yang terbagi atas dan bawah, pertama-tama tulis bagian atas, lalu tulis bagian bawah.

❶
❷

● 点、上のよこ線、
2つの点、下のよこ線を
書きます。
「立つ」という漢字です。

Draw a dot, the upper horizontal stroke, two dots, then the lower horizontal stroke. This kanji is 立つ (to stand).

Viết nét chấm, nét ngang bên trên, 2 nét chấm, nét ngang bên dưới. Ta được chữ Hán 立つ (LẬP: đứng).

Tulis titik, garis mendatar di atas, 2 titik, lalu garis mendatar di bawah. Ini adalah kanji 立つ (berdiri).

おと　オン

足音
footsteps / tiếng bước chân / suara langkah kaki

音楽
music / âm nhạc / musik

● 「日」を書きます。
Write 日.
Viết chữ 日.
Tulis 日.

｜ 亠 宀 立 産 咅 音 音

音	音				

音 音
M　　G

● 「雨」(p.57) を書きます。

Write 雨 (p.57).
Viết chữ 雨 (p.57).
Tulis 雨 (hlm. 57).

(p.57)

● 「日」の真ん中に長いたて線を書きます。右に曲がって、最後は少しはねます。

Draw a long vertical stroke down the center of 日. It curves to the right then finishes with a flick.

Viết nét dọc dài ở chính giữa chữ 日. Uốn sang phải, hơi hất lên ở cuối.

Tulis garis tegak panjang di tengah 日. Lengkungkan ke kanan, dan terakhir pantulkan sedikit.

デン

でん わ
電話
telephone / điện thoại / telepon

でん き
電気
electricity / điện / listrik, lampu

一 厂 戶 币 币 雨 雨 雪 雪 雪 雪 電

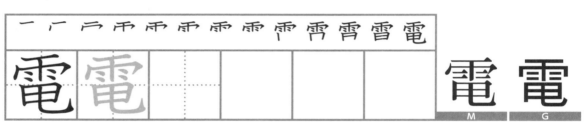

電 電

電 電
M G

● よこ線を書きます。その下に点と「目」を書きます。

Draw a horizontal stroke, then a dot and 目 under it.

Viết nét ngang. Viết nét chấm và chữ 目 bên dưới.

Tulis garis mendatar. Tulis titik dan 目 di bawahnya.

● 「夕」を書いて、最後のななめの線を長くのばします。

Write 夕 and extend the final diagonal stroke.

Viết chữ 夕, kéo dài nét xiên cuối cùng.

Tulis 夕, lalu panjangkan garis miring terakhir.

なつ　カ

なつやす
夏休み
summer holidays / nghỉ hè /
liburan musim panas

か き きゅう か
夏季休暇
summer leave (formal wording) / kỳ nghỉ
mùa hè / masa libur musim panas

一 一 厂 戸 百 百 百 頁 夏 夏

夏 夏

夏 夏
M G

● 「白」(p.47) を書き、
左に2つ、右に2つの
点を書きます。

Write 白 (p.47) then 2 dots each
on the left and right.

Viết chữ 白 (p.47), rồi viết 2 nét
chấm bên trái, 2 nét chấm bên
phải.

Tulis 白 (hlm. 47), lalu tulis 2 titik
di kiri dan 2 titik di kanan.

たのしい（楽しい）
ガク・ラク

おんがく
音楽
music / âm nhạc / musik

らくしょう
楽勝
easy victory / chiến thắng dễ dàng /
kemenangan mudah

● 「木」を書きます。
Write 木.
Viết chữ 木.
Tulis 木.

楽楽

● 「日」を書きます。
Write 日.
Viết chữ 日.
Tulis 日.

ほし　セイ

ほしうらな
星占い
horoscope / xem bói theo cung hoàng
đạo / astrologi, ramalan bintang

さいざ
星座
astrological sign / cung hoàng đạo /
konstelasi, rasi bintang

● 「生」を書きます。
Write 生.
Viết chữ 生.
Tulis 生.

星星

3つにわけて覚えよう

Memorize in 3 parts
Hãy chia ra làm 3 để ghi nhớ
Menghafal dengan membagi menjadi 3 elemen

■ 3つにわけると覚えやすい漢字も
あります。

Some kanji are easier to memorize in 3 parts.
Cũng có những chữ Hán nếu chia 3 sẽ dễ nhớ hơn.
Ada juga kanji yang mudah dihafal jika dibagi
menjadi 3 elemen.

● 「ヨ」をならべて2つ書きます。
Write 2 ヨ next to each other.
Viết 2 chữ ヨ cạnh nhau.
Tulis 2 buah ヨ berjejer.

● 「日」を書きます。
Write 日.
Viết chữ 日.
Tulis 日.

ヨウ

にち よう び
日曜日
Sunday / thứ bảy / Minggu

げつ よう び
月曜日
Monday / thứ hai / Senin

● 数字の順に「隹」を書きます。
Write 隹, following the numerical order.
Viết chữ 隹 theo thứ tự chữ số.
Tulis 隹 pada urutan angka.

| 丨 | 冂 | 冂 | 日 | 日ˊ | 日ˊ | 日ˊ | 日ˊ | 日ˊ | 日ˊ | 日ˊ | 日ˊ | 日ˊ | 日ˊ | 日ˊ | 日ˊ | 日ˊ | 日ˊ |

曜	曜					

曜 曜
M G

● 「止」を書きます。
「止まる」という漢字です。

Write 止. This kanji is 止まる (to stop).

Viết chữ 止. Ta được chữ Hán 止まる (CHỈ: dừng lại).

Tulis 止. Ini adalah kanji 止まる (berhenti).

● 「米」を書きます。

Write 米.

Viết chữ 米.

Tulis 米.

は・ば　シ

虫歯
cavity (dental) / răng sâu / karies, lubang gigi

歯科医院
dental office / phòng khám nha khoa / klinik gigi

● 「米」のまわりを四角く囲みます。

Surround 米 on the remaining 3 sides.

Quây hình vuông quanh chữ 米.

Tulis kotak mengelilingi 米.

丨	卜	止	止	歩	歩	歩	歩	歩	歯	歯

歯　歯 (M) (G)

● 「広」(p.71)と同じ「屋根」を書きます。

Write the same roof as for 広 (p.71).

Viết "mái nhà" giống ở chữ 広 (p.71).

Tulis 広 (hlm. 71) dan "atap" yang sama.

● 「建」(p.73)と同じように「フ」を上下に書き、下の「フ」から、ななめの線をのばします。

Like 建 (p.73), write 2 フ, one over the other, and extend a diagonal stroke from the lower フ.

Giống như chữ 建 (p.73), viết chữ フ ở trên và dưới, kéo dài nét xiên từ chữ フ bên dưới.

Tulis フ di atas dan bawah seperti 建 (hlm. 73), lalu panjangkan garis miring dari フ di bawah.

にわ　テイ

家庭
household / gia đình / rumah tangga

日本庭園
Japanese garden / vườn Nhật Bản / taman Jepang

● 「千」(p.38)と下のよこ線を書きます。

Write 千 (p.38) with a horizontal stroke at the bottom.

Viết chữ 千 (p.38) và nét ngang ở dưới.

Tulis 千 (hlm. 38) dan garis mendatar di bawah.

`	广	广	广	庐	庄	庭	庭	庭

庭　庭 (M) (G)

あつい（暑い）　ショ

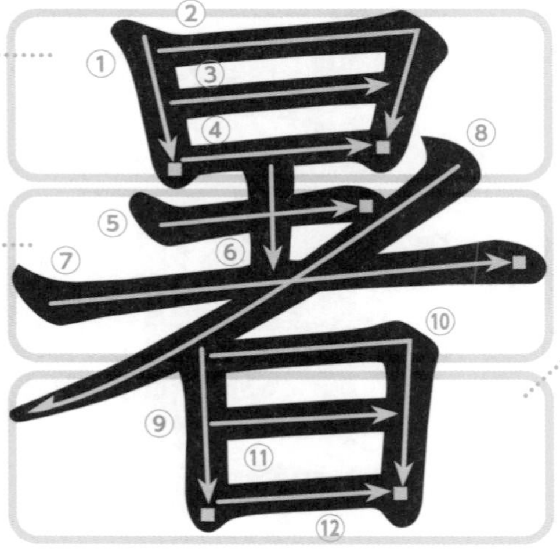

- 「日」を書(か)きます。

Write 日.
Viết chữ 日.
Tulis 日.

- 「土」を書(か)きます。ななめの線(せん)を長(なが)く書(か)きます。

Write 土. Add a long diagonal stroke.
Viết chữ 土. Viết nét xiên dài.
Tulis 土. Tulis garis miring panjang.

- 「日」を書(か)きます。左上(ひだりうえ)はつけます。「者(もの)」という漢字(かんじ)です。

Write 日. The top left touches. This kanji is 者 (person).
Viết chữ 日. Phía trên bên trái khít nhau. Ta được chữ Hán 者 (GIẢ: người).
Tulis 日. Satukan di bagian kiri atas. Ini adalah kanji 者 (orang).

猛暑日(もうしょび)
extremely hot day / ngày cực nóng / hari yang sangat panas

残暑(ざんしょ)
late-summer heat, lingering summer heat / cái nóng sót lại / panas di akhir musim panas

暑	暑					暑 M	暑 G

まつり（祭り）　サイ

- 「夕」に似(に)た形(かたち)を書(か)きます。中(なか)の線(せん)が２つです。

Draw a shape similar to タ. There are two strokes inside.
Viết hình giống chữ タ. Có 2 nét bên trong.
Tulis bentuk mirip タ. Ada 2 garis di tengah.

- 「二」の下(した)に「小」を書(か)きます。「示(しめ)す」という漢字(かんじ)です。

Write 二, then below it 小. This kanji is 示す (to show, to indicate).
Viết chữ 小 ở dưới chữ 二. Ta được chữ Hán 示す(THỊ: chỉ bảo, trình bày).
Tulis 小 di bawah 二. Ini adalah kanji 示す (menunjukkan, menampilkan).

- 「ヌ」を書(か)きます。

Write ヌ.
Viết chữ ヌ.
Tulis ヌ.

夏祭り(なつまつり)
summer festival / lễ hội mùa hè / festival musim panas

文化祭(ぶんかさい)
cultural festival / lễ hội văn hóa / festival budaya

祭	祭					祭 M	祭 G

QUIZ 5

<ruby>左側<rt>ひだりがわ</rt></ruby>のパーツ（へん）が<ruby>同<rt>おな</rt></ruby>じ<ruby>漢字<rt>かんじ</rt></ruby>を □□□□ の<ruby>中<rt>なか</rt></ruby>から<ruby>探<rt>さが</rt></ruby>してください。

Find the kanji in the box that use the same left part (hen).
Hãy tìm trong □□ những chữ Hán có vế trái (hen) giống nhau.
Carilah kanji yang sama dengan elemen di bagian kiri (hen) dari □□ .

① 注   ② 社   ③ 休   ④ 林

⑤ 私   ⑥ 話   ⑦ 払   ⑧ 性

秒　神　読　海　情　材　押　健

● ANSWER → p.90

秒 ビョウ	<ruby>秒速<rt>びょうそく</rt></ruby>	per second (speed) / vận tốc theo giây / kecepatan per detik
読 よむ（読む） ドク	<ruby>読書<rt>どくしょ</rt></ruby>	read a book / đọc sách / membaca
	<ruby>読者<rt>どくしゃ</rt></ruby>	reader / độc giả, người đọc / pembaca
海 うみ カイ	<ruby>海水<rt>かいすい</rt></ruby>	seawater / nước biển / air laut
	<ruby>海岸<rt>かいがん</rt></ruby>	coast, seashore / bờ biển / pantai
情 ジョウ	<ruby>情報<rt>じょうほう</rt></ruby>	information / thông tin / informasi
	<ruby>事情<rt>じじょう</rt></ruby>	circumstance, context / tình hình / keadaan

材 ザイ	<ruby>材料<rt>ざいりょう</rt></ruby>	ingredients, materials / nguyên liệu / bahan, material
押 おす（押す） オウ	<ruby>押<rt>お</rt></ruby>しボタン	button / nút ấn / tombol tekan
	<ruby>押印<rt>おういん</rt></ruby>	seal impression / đóng dấu / pemberian stempel
健 ケン	<ruby>健康<rt>けんこう</rt></ruby>	health / sức khỏe / kesehatan

※神一 p.46

85

REVIEW QUIZ

<ruby>看板<rt>かんばん</rt></ruby>やチラシを<ruby>読<rt>よ</rt></ruby>んで、この<ruby>本<rt>ほん</rt></ruby>に<ruby>出<rt>で</rt></ruby>てきた<ruby>漢字<rt>かんじ</rt></ruby>に〇をつけましょう。

Read the signs and flyers below and circle the kanji that appear in this book.
Đọc các bảng và tờ rơi sau, rồi đánh dấu 〇 vào những chữ Hán đã xuất hiện trong cuốn sách này.
Bacalah papan petunjuk dan selebaran, lalu lingkari kanji yang terdapat di dalam buku ini.

⬚1
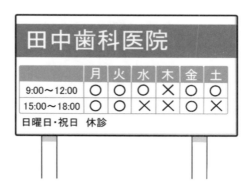

⬚2

祝日（しゅくじつ）	holiday / ngày lễ / hari libur nasional
休診（きゅうしん）	no consultation (clinic, hospital) / nghỉ khám bệnh / libur (klinik, rumah sakit)
アルバイト	part-time worker / làm thêm / pekerja paruh waktu
急募（きゅうぼ）	wanted ASAP / tuyển gấp / dibutuhkan segera (lowongan)

時給（じきゅう）	hourly wage / lương giờ / upah per jam
日中（にっちゅう）	daytime / ban ngày / siang hari
夜間（やかん）	nighttime / buổi tối / malam hari
働く（はたらく）	to work / làm việc / bekerja

③

この先、事故多し
右折車に**注意！**

④

マルハ音楽教室

子供・大人　1カ月無料体験レッスン
まずはお気軽に

⑤

秋の中古車＆カー用品フェア

65万

70万

80万

2万

10万

お得な2日間
11月12日（土）11月13日（日）

● ANSWER → p.90

右折車（うせつしゃ）	vehicle turning right / xe rẽ phải / mobil yang berbelok ke kanan	
教室（きょうしつ）	classroom / phòng học / ruang kelas	
体験（たいけん）	experience / trải nghiệm / pengalaman	
レッスン	lesson / bài học / pelajaran	
まずは	to start / trước tiên là / pertama-tama	

気軽な（きがるな）	feel free, casual / thoải mái, tự nhiên / ringan	
カー	car / xe hơi / mobil	
用品（ようひん）	goods, merchandise / phụ tùng / barang, perlengkapan	
フェア	fair / hội chợ / pameran	
お得な（おとくな）	on sale / có lợi / menguntungkan	

難しい漢字 Difficult kanji / Những chữ Hán khó / Kanji yang Sulit

漢字の中には、とても複雑なものもあります。たとえば「薔薇」(ばら) とか「憂鬱」(ゆううつ) といった漢字は、日本人にとっても「難しい漢字」です。たぶん日本人でも半分以上の人が「薔薇」や「憂鬱」という漢字を書けないと思います。しかし「薔薇」や「憂鬱」という漢字を読むことができない日本人は、ほとんどいないと思います。なぜ、日本人は「書けない」のに「読める」漢字がたくさんあるのでしょうか。それは、日本人が漢字をすべて正確に記憶しているのではなく、第3部 (p.75～) で練習したように、パーツの位置と組み合わせを「だいたい覚えている」からなのです。

情報通信技術 (ICT) の発達によって、漢字を読むことができれば、日常生活では、ほとんど困らなくなりました。読むことができればスマートフォンやパソコンで日本語を書くことができます。みなさんも、この練習帳で「漢字をパーツにわけて、その組み合わせを覚える」テクニックを身につければ、簡単に漢字を読めるようになります。そしてメールやSNSで書くこともできるようになります。

Some kanji are extremely complicated. Kanji such as 薔薇 ばら (rose) and 憂鬱 ゆううつ (melancholy) are difficult for Japanese people as well. It is likely that over half of Japanese people cannot write the kanji for 薔薇 or 憂鬱. However, there is probably almost no Japanese person who cannot read kanji like 薔薇 or 憂鬱.

Why are there so many kanji that Japanese cannot write but are able to read? This is because Japanese people do not have all kanji accurately memorized, but as we practiced in chapter 3 (p.75–), they have a "general understanding" of the placement and combination of the various parts.

With the development of information communication technology (ICT), our day-to-day lives usually only require us to be able to read kanji. If you can read kanji, you can write Japanese using smartphones and computers. Once you master the technique of separating kanji into parts and memorizing the combinations through this textbook, you too will be able to easily read kanji and use them in your emails and social media.

Trong số các chữ Hán, cũng có những chữ rất phức tạp. Ví dụ, chữ Hán 薔薇 ばら (hoa hồng) hay 憂鬱 ゆううつ (sầu muộn) thì ngay cả với người Nhật cũng là những chữ Hán khó. Có lẽ có đến hơn một nửa số người Nhật không thể viết được những chữ Hán như 薔薇, 憂鬱. Nhưng hầu như không có người Nhật nào không đọc được những chữ Hán như 薔薇, 憂鬱. Vậy tại sao lại có nhiều chữ Hán người Nhật không viết được nhưng lại đọc được? Lý do không nằm ở chỗ người Nhật đã ghi nhớ một cách chính xác tất cả các chữ Hán, mà bởi vì người Nhật "đã nhớ một cách đại khái" vị trí và sự kết hợp của các bộ phận, như chúng ta đã luyện tập ở phần 3 (p.75–).

Nhờ vào sự phát triển của công nghệ thông tin và truyền thông, chúng ta chỉ cần đọc được chữ Hán thôi thì gần như sẽ không gặp khó khăn gì trong cuộc sống hàng ngày. Chỉ cần đọc được chữ Hán thôi, ta hoàn toàn có thể viết được tiếng Nhật bằng điện thoại thông minh và máy vi tính. Nếu các bạn học được bí quyết chia chữ Hán thành các bộ phận và ghi nhớ sự kết hợp của chúng thông qua cuốn sách luyện tập này, thì các bạn sẽ dễ dàng đọc được chữ Hán. Và các bạn cũng sẽ viết được trên thư điện tử và tin nhắn.

Ada kanji yang sangat rumit. Misalnya, kanji 薔薇 ばら (mawar) dan 憂鬱 ゆううつ (depresi) adalah "kanji yang sulit" bagi orang Jepang. Barangkali lebih dari separuh orang Jepang tidak bisa menulis kanji 薔薇 (mawar) dan 憂鬱 (depresi). Namun, hampir tidak ada orang Jepang yang tidak bisa membaca kanji 薔薇 (mawar) dan 憂鬱 (depresi). Mengapa banyak kanji yang "tidak bisa ditulis", tetapi "bisa dibaca" oleh orang Jepang? Alasannya, orang Jepang tidak menghafal semua kanji secara persis, tetapi "mengingat secara kira-kira" posisi dan kombinasi elemen-elemennya, sebagaimana latihan pada Bagian 3 (hlm.75–).

Seiring perkembangan teknologi informasi dan komunikasi (TIK), kemampuan membaca kanji akan membantu Anda menjalani keseharian tanpa kesulitan berarti. Jika Anda bisa membaca kanji, Anda dapat menulis bahasa Jepang di ponsel cerdas atau komputer Anda. Jika Anda menguasai teknik "menghafal kanji dengan membaginya menjadi beberapa elemen dan mengingat kombinasinya" dalam buku latihan ini, Anda akan dapat membaca kanji dengan mudah. Anda juga dapat menulis e-mail dan kiriman di media sosial.

ANSWER

QUIZ 1　p.29

1 川　2 田　3 木　4 七

5 年　6 上　7 五　8 目

9 天　10 矢

QUIZ 2　p.46

1 動（カ）　2 雪（ヨ）　3 図（メ ロ ツ）

4 元（ニ）　5 池（シ）　6 神（ネ）

7 江（シ エ）　8 花（イ ヒ）　9 帰（リ ヨ）

QUIZ 3　p.47

1 白（日）　2 百（一 日）　3 犬（一 人 大）

4 朝（十 日 月）　5 春（三 人 日）

QUIZ 4　p.74

1 茶（菜）　2 字（家）　3 竹（箱）　4 雨（雲）

5 店（府）　6 病（症）　7 国（園）　8 点（魚）

9 急（意）　10 週（近）　11 建（延）

「へん」の名前
Names of *hen* / tên của *hen* /
Nama *hen*

「へん」の名前
Names of *hen* / tên của *hen* /
Nama *hen*

1 注（海）　さんずい（氵）

2 社（神）　しめすへん（礻）

3 休（健）　にんべん（亻）

4 林（材）　きへん（木）

5 私（秒）　のぎへん（禾）

6 話（読）　ごんべん（言）

7 払（押）　てへん（扌）

8 性（情）　りっしんべん（忄）

REVIEW QUIZ　p.86－87

1
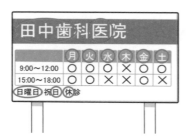

2

3

4

5

この本をお使いになる日本語の先生、支援者のみなさまへ

本田弘之

　これまで、外国人向けに数多くの漢字学習教材が出版されてきました。そのほとんどは、意味や使用頻度など、一定の基準によって漢字を分類し、漢字の習得を合理的に行おうとするものです。これらの教材には、一つ見逃しているところがあるのではと筆者は感じていました。それは「文字の学習」と「語彙の学習」を同時進行させているところです。

　漢字はそれ自体が「字」であり「語」でもある、という他の文字にはないめずらしい特徴を持っています。しかし、教師や支援者がそれを区別せずに教えていくと「表意文字」（あるいは「表語文字」）というものを初めて学ぶ学習者は非常に混乱します。何をどのように覚えていけばいいのかわからなくなってしまうのです。

　さらに「語彙としての漢字」習得を目的とすると、初級のワークブックでも収録語数が500語を超えてしまいます。初めて漢字を学ぼうとする学習者は、その「厚さ」を見ただけで挫折感をもってしまうことが少なくありません。

　どんな外国語でも、学習をはじめるときに、まず文字を習得し、次に文字を組み合わせてつくる語を覚えていく、という順序をふみます。当然、漢字の学習についても、まず「文字」としての漢字を理解してから、「語」としての漢字の学習に入る、という順序をふむべきではないでしょうか。

　本書は、初学者が漢字という「文字」を習得することを目的につくられました。漢字の数は99字です。漢字を文字として習得するために必要な字数はこの程度ではないかと思われます。大人の学習者が日常的に目にする漢字の中から、漢字の構造や構成が容易に理解できるような字、そして、他の漢字のパーツとして使われるような文字を精選しました。

　筆者が、漢字の「文字教育」と「語彙教育」の区別の必要性について考えはじめたころ、こどもが小学生になり、小学校の「国語」教育を、こどもの毎日をとおして追体験しました。小学校では1年生の1学期を使って「ひらがな」「カタカナ」を、2・3学期で漢字を88字学びます。そのとき、ポイントとなっているのが「書写」の授業です。文字の形の特徴と書き順を、ゆっくり、ていねいに教えていくのです。

　日本語教育と国語教育は、異なる部分のほうが多いのですが、文字教育に関しては、この国語教育の考え方が応用できると思います。そこで、筆者がまず作成したのが『すぐ書ける！きれいに書ける！ひらがな・カタカナ練習ノート』（アルク）です。そして、この本は、その続編にあたります。そんなわけで、本書の前には『すぐ書ける！きれいに書ける！ひらがな・カタカナ練習ノート』で練習していただくことを強くおすすめいたします。そして本書をマスターした後は『どんどんつながる漢字練習帳』（アルク）を使って漢字の数を増やし、語彙学習へと進んでいってください。

● 著者紹介

本田弘之

北陸先端科学技術大学院大学（JAIST）教授

専門：日本語教育学・社会言語学・言語政策

著書に『すぐ書ける！きれいに書ける！ ひらがな・カタカナ練習ノート』（アルク 2014）、『街の公共サインを点検する』（共著 大修館書店 2017）、『日本語を教えるための教材研究入門』（共著 くろしお出版 2019）、『新・日本語教育を学ぶ』（共著 三修社 2020）などがある。

かんたんルールとパーツでおぼえる きほんの漢字99

発 行 日 ●	2020年9月23日（初版）
編　　集 ●	株式会社アルク 出版編集部、堀田弓
翻　　訳 ●	マクウィリアムス フリィ（英語）
	Do Thi Hoai Thu（ベトナム語）
	株式会社アミット（インドネシア語）
デザイン・DTP ●	株式会社アレマ
イラスト ●	たくわかつし
印刷・製本 ●	萩原印刷株式会社
発 行 者 ●	天野智之
発 行 所 ●	株式会社アルク
	〒102-0073　東京都千代田区九段北4-2-6 市ヶ谷ビル
	Website：https://www.alc.co.jp/

地球人ネットワークを創る

アルクのシンボル
「地球人マーク」です。